# మనసు గతి ఇంతే

D9900502

YETURI SRINIVASULU

notionpress
.com

INDIA • SINGAPORE • MALAYSIA

ISBN
Paperback: 979-8-89588-994-7
Hardcase: 979-8-89632-469-0

అంకితం

మమకారపు మాధుర్యానికి

నేను కన్న అమ్మతనానికి

నీ

బుజ్జి నాన్న

# మనవి

మనసుకవి శ్రీ ఆచార్య ఆత్రేయ గారి పాటలంటే నాకు చాలా ఇష్టం. ఓ సినిమాలో ఆయన వ్రాసిన "విధి చేయు వింతలన్నీ మతిలేని చేతలేనని..." అనేపాట విన్నపుడల్లా నాకు "విధి చేయు వింతలన్నీ మతి చేసే చేతలేనని.." పాడుకోవాలనిపించేది. ఎందుకంటే మనచేతలకు ప్రేరణ మనసే కాబట్టి. ఆ చేతలన్నీ మనసు బుద్ధితో చేసుకునే సమన్వయాన్ని బట్టి కొన్ని అతి సామన్యంగానో, అసాధారణంగానో, లేదంటే పిచ్చితనంగానో కనిపిస్తాయి.

అలాంటి మనసున్న కొందరి వ్యక్తుల కధల సమాహారమే ఈ "మనసుగతి ఇంతే" పుస్తకం. ఇందులోని కధలలోని పాత్రలు అసామాన్యంగా కనిపిస్తున్నా, తరచి చూస్తేగానీ వాళ్ళలోని అంతర్మధనం మనకు తెలీదు. ఆ ప్రయత్నమే చేశా ఈ కధా సంపుటిలో. ఇందులోని పాత్రలు ఎవరినీ ఉద్దేశించి వ్రాసినవి కావని, పాత్రల మనోభావాలు కేవలం నా కల్పితాలేనని సవినయంగా మనవి చేసుకుంటున్నాను.అలా ఎవరికైనా అనిపిస్తే నేను క్షంతవ్యుణ్ణి. చదివి ఆనందిస్తారని, ఆశీర్వదిస్తారని, ఆదరిస్తారని ఆశిస్తూ

# విషయసూచిక

# ధరణి

"ఏరా డాక్టర్ చెప్పింది నిజమేనా. హవ్వ!! ఈ వయసులో ఇదేం పనిరా. నలుగురు వింటే ఎంత సిగ్గు చేటు. పెళ్లికెదిగిన కూతుర్ని ఇంట్లో ఉంచుకొని .. ఇదేం పాడుపనిరా. నీకుసరే సిగ్గులేదనుకో. నీ పెళ్ళానికైనా ఉండద్దాంట్ర..." లోగొంతుకతో కసిగా తిట్ల దండకం మొదలెట్టింది బామ్మ.

"నువ్వూరుకోవే అమ్మ. కానిపనేదో చేసినట్టు.. అసలే ఇప్పుడేం చెయ్యాలో తెలీక చస్తుంటే. ఏదో పొట్ట పెరుగుతున్నదంటే వయసుమీద పడటంవల్లనేమో అనుకున్నా. పైగా ఇది ముట్లుడిగే వయసాయే. నేనేమైనా కలగన్నానా. ఇలా జరుగుతుందని..ఈ స్టేజ్ లో అబార్షన్ చేస్తే పెద్దప్రాణానికే ప్రమాదం అన్నారు డాక్టర్లు..." విసుక్కున్నాడు మాధవరావు.

"ఖర్మ! ఖర్మ!!" అంటూ నుదురు కొట్టుకొంటూ లోపలికెళ్లింది బామ్మ.

"ధరణి! అలా బయిటకు వెళ్లొస్తా" చెప్పుల్లో కాళ్ళు దూరుస్తూ అన్నాడు.

మాట బయటకు రాకున్నా ... మొగుడుకి కనపడకున్నా ...తలుపుచాటునే నిలబడి మౌనంగా తలాడించింది ధరణి.

పెరట్లో పనిమనిషి చేతులు అంట్లు తోముతున్నా, దాని చెవులు మాత్రం పెరటి గుమ్మం దాటి లోపలే ఉన్నాయి.

ఇంకేం. దాని నోటికి మాంచి పనితగిలింది. 5G నెట్వర్క్ కూడా అంత వేగంగా పనిచేయదేమో. వార్తచుట్టుపక్కల పాకడానికి.

కాని నిజమేమిటో నిగ్గు తేల్చుకోవాలి. ఇది ఇపుడు దానికున్న పెద్ద సవాల్.

నిజానికి ఈ విషయం మీద చర్చ మొగుడు పెళ్ళాల మధ్య చాలా రోజులనుండి జరుగుతోంది. పనిమనిషి చెవులకు ఇప్పుడువినిపించినంత స్పష్టత లేదు.

మెల్లగా ఇంట్లో ఆ రోజు కూరగాయలు తరుగుతూ.. విషయం లేవనెత్తింది.

“అమ్మగారూ. మా ఆయన దుబాయి నుండి వచ్చేశాడండి. నన్ను పని మానేయ మంటున్నాడు. ఈనెలాఖరుదాక పనిచేసి మానేస్తానండి.”

ఈమాట ఎలా చెవినబడిందో బామ్మ వంటగదిలోకి వచ్చి “ఉన్నట్టుండి ... ఉన్నఫలంగా మానేస్తేఎలాగే. ఇంకోకర్ని చూసుకున్నదాక ఉండు. పైగా ధరణికి కూడా ఆరోగ్యం సరిగా ఉండట్లే దీమధ్య” అంటూ ఓ గ్లాసు మంచినీళ్లు అడిగి, తాగి అక్కడనుండి వెళ్లిపోయింది.

"అమ్మగారూ! మాయింట్లో మామిడికాయలున్నై తెమ్మంటారేంటి." కొంటెగా చూస్తూ అంది.

"చాల్లే నోర్మూసుకోవే... నీ పనై పోయిందిగా .. ఇంకెళ్ళు." నర్మ గర్భంగా అంది ధరణి.

"నాకెంతుకులేమ్మ." అంటూ తిప్పుకుంటూ అక్కడనుండి వెళ్లిపోయింది పనిమనిషి.

వయసైపోయిన మగవాడు మళ్ళీ పెళ్లి చేసుకుంటే తోడు కోసమని సరిపెట్టుకొంటుందీ సమాజం. కానీ ఆడది వయసైన తరువాత తల్లైతే మరీ ఇంతగా పట్టించుకోవాల్నా?!!..

బయట అందరు తననే ప్రత్యేకంగా చూస్తున్నట్టుంది. ప్రతీ చూపు తన పొట్టవైపే గుచ్చిగుచ్చి చూస్తున్నట్టుంది. నీళ్ళకోసం బావి దగ్గరకు వెడితే ఎప్పుడూలేంది పక్కింటి లక్ష్మిదేవి నీళ్ళు తోడి మరీ నడుమ్మీద పెడుతూ "ఇదుగో వదినా ఇప్పుడీ బరువులు అవీ మోయకుంటే నీ పనిమనిషిని పంపిచ్చోచ్చుగా. జాగర్త వదిన". ముసిముసిగ నవ్వుకొంటూ చూసిన చూపులు తననో కానిపనిచేసినదానివల్లే చూస్తున్నై.

అత్త వరసయ్యే కామాక్షమ్మ ఐతే మరీనూ. "ఏమే మా అబ్బాయి రిటైర్ కాబోతున్నా బాగా పనిచేస్తున్నాడన్నమాట. ఎన్నోనెల" అంటూ డైరెక్ట్ గానే అడిగేసింది. తోడికోడలు పిల్లల్ని,

రోజు తన చుట్టూ తిరిగే వాళ్ళ కళ్లలోకి సూటిగా చూడలేకపోతుంది. నిజంగా తను తప్పు చేస్తోందా. కాదు ముమ్మాటికి కాదు. ఇప్పుడిది తనకు తప్పనిసరి.

ఇంతకుముందులాగే ఒంటరిగా ఎక్కడకూ పోలేకుంది. పెళ్లిళ్లలో పండగల్లో తనో పెద్ద ముత్తైదువగా పూజలందుకున్న ధరణి. ఇప్పుడు గడపదాటి బయటకు అడుగు పెట్టట్లేదు. ఊరిజనం తల్లో నాలుకగా ఉన్న ధరణి ఉన్నట్టుండి ఒంటరిదైంది.

ఇక్కడ మొగుడు పరిస్థితి మరీ దారుణంగా ఉంది.

"ఏరా మొత్తానికి వారసుడ్ని సాధిస్తున్నావ్.మాకేమీ పార్టీ లేదా?" అని ఒకరు

"రేపో మాపో రెటైర్ అయ్యే వయసులో ఈ సాహసం అవసరమంట్రా" అని ఇంకొకరు.

పక్క సీట్లో కూర్చున్న కామేశం అయితే ఈమధ్యనే కొత్తగా పెళ్ళైన కుర్రాడ్ని చూస్తూ నువ్వూ ఉన్నావెందుకు అంటూ తనవైపు చూస్తూ కళ్ళెగరేయడం.

ఎప్పుడూ బాబాయి బాబాయి అంటూ పిలిచే ఆఫీసు క్లార్క్ మాలతి కూడా ముభావంగా ఉంటోంది. రోజు కలసి లోకల్ ట్రైన్ లో

వెళ్ళడానికి మాధవరావు కోసం ఎదురు చూడ్డం మానేసి తానొకటే వెళ్ళిపోతుంది ఈమధ్య.

***

తన బాధనంతా తన సన్నిహితుడైన శేఖరంతో వెళ్లబోసుకున్నాడు మాధవరావ్.

"ఇక లాభం లేదురా. మనశ్శాంతి కరువయింది. ఏంచెయ్యాలో పాలుపోవడం లేదు."

"ఐనా నువు కొంచెం జాగర్తగా ఉండాల్సింది. కొద్దికాలం సెలవు మీద వెళ్ళు. కొంచెం రిలీఫ్ గా ఉంటుంది."

"ఆ.. అదీ అయింది, బాస్ ను లీవ్ అడిగితే "అప్పుడే ఎందుకయ్యా. ఇంకా టైముందికదా" అని ధెప్పుతున్నాడు.......

"లేదురా. వాలెంటరీ రెటైర్మెంట్ తీసుకుందామనుకొంటున్నాను. కొంచెం హెల్ప్ చేసి పెట్టరా."

"అది కాదురా" అంటూ ఇంకా ఏదో చెప్పబొయేంతలో

"వద్దురా. అసలీ ఊరే వదిలేద్దామనిపిస్తుంది. ఫుల్ పెన్షన్ ఎలాగూ వస్తుంది ... అమ్మాయి దగ్గరకే వెళ్ళి ఉంటాం. ఎలాగూ

అది హాస్టల్లో ఉంటున్నది కదా. దాని చదువుకు కూడా బావుంటుంది".

***

ఇదే విషయం తన తల్లికి తమ్ముడికి చెప్పాడు మాధవరావ్. తల్లి ఓ నిట్టూర్పు విడిచి ఊరుకున్నా, తమ్ముడు మాత్రం "అమ్మ నీతోపాటు రాగలదా? ఎంతుకన్నయ్యా. కొద్ది రోజులు ఓపిక పడితే సరిపోతుంది. మనల్ని అనేవాళ్ళు మన బరువు మోస్తారా చెప్పు. వాళ్ళ మాటలేవీ పట్టించుకోకు".

"లేదురా. వసూ కూడా డిల్లీలో ఒక్కటే హాస్టల్లో ఉంటోంది కదా. మేమూ అక్కడే ఉంటే తనకు కన్వీనియెంట్ ఉంటుంది. నాకు కొంచెం మనశ్శాంతిగా ఉంటుంది. అమ్మకు నీవంటే చాలా ఇష్టం. ఈ కొద్ది రోజులు నీ దగ్గరే ఉంచుకో."

"ఇంతకీ వసూ కి తెలుసా విషయం."

"నేనేచెప్పా. వాళ్ళమ్మ ఆరోగ్యం గురించి ఆరా తీసింది. ఈ వయసులో కాన్పు కష్టమౌతుందట. హాస్పిటల్ కేర్ చాలా అవసరమని చెప్పింది. తనే అక్కడకు వచ్చేయమంది."

***

వాలెంటరీ రెటైర్మెంట్ తీసుకున్న తరువాత పెద్దగా సామానులేవీ లేకుండా మొగుడు పెళ్ళాలు ఊరు వదిలి డిల్లీకి వెళ్ళిపోయారు. ఊరు దాటుతున్నపుడు వారికళ్ళలో నీళ్ళు తిరిగాయ్. ఏదో సాధించాలనే పట్టుదలతో వాళ్ళ చేతులు కళ్ళు తుడుచుకున్నై.

కాలం నిముషాలు గంటలు రోజులు నెలలు దాటుకుంటూ ఓ సంవత్సరాన్ని చేరుకొంది. వాళ్ళకు ఓ బాబు పుట్టాడన్న వార్త వాళ్ళ స్వంత ఊరికి చాలా పాతబడిపోయినా పిల్లవాణ్ణి చూడాలన్న ఆత్రం మాత్రం ఎప్పటికప్పుడు పనిమనిషి అప్డేషన్ చేస్తుంటే కొత్తగా అలాగే ఉండిపోయింది.

ఆ ఆత్రం తీరే ఆరోజు రానే వచ్చింది. ఊరు ఊరంతా కదిలివచ్చేసింది మాధవరావు ఇంటికి. పిల్లవాడ్ని చూస్తూ అందరూ అచ్చం అమ్మ పోలికే అంటుంటే ఇదివరకున్న బిడియం మాయమైంది ధరణి ముఖంలో.

"పాలకు ఇబ్బందేమీ లేదుకదా వదినా!"

"లేదోదినా. పోతపాలే."

"అయినా ఈ వయసులో కొంచెం కష్టమేలే వదినా"

"వసూ ఎప్పుడు వచ్చింది."

"మాతోపాటు వచ్చిందొదినా. ఎగ్జామ్స్ అయిపోయినై. ఓ వారం సెలవులుంటేనూ.."

"సెలవలనా.... లేక తమ్ముడితో ఆడుకోవాలనా... ఏమే వసూ అంతగా అలవాటైయాడా వీడపుడే. పరాచకంగా అడుగుతుంటే నవ్వకపోతే బాగుండదన్నట్టు నవ్వేసి ఇంట్లోకెళ్ళిపోయింది వసుంధర.

అమ్మలక్కల మాటలతో ఇల్లంతా సందడిగా ఉంది.

మాధవరావు ఇదేంపట్టనట్టు తన తమ్ముడితో ఫోన్ లో మాట్లాడుతున్నాడు.

పనిమనిషి తనింట్లో ఫంక్షన్ లాగా వచ్చిన వాళ్ళందరకు కాఫీలు టీలు అందిస్తూ హడావిడి చేస్తూనే ఓ వైపు వసుంధర ముభావంగా ఉండడం గమనిస్తోంది. వసుంధర పిల్లవాణ్ణి గురించి చాలా ఇబ్బందిగా తన ఫ్రెండ్స్ తో మాట్లాడడం.. పిల్లవానితో అంటీ ముట్టనట్టు ఉండడం.. ఓ కంట గమనిస్తూనే ఉంది. "వయసుడిగిన తరువాత కూడా అమ్మ నాయన ఇలా పిల్లల్ని కనడం చాలా నామోషిగా ఫీలవుతున్నట్టుంది పాపం వసు" అనుకుంటూ నవ్వును అదిమిపెట్టుకొని మరీ సంతోషిస్తోంది పనిమనిషి.

వసు మాంచి మూడ్ లో ఉన్నపుడు ఈ విషయం గురించి అడిగేసింది పనిమనిషి.

"ఏం అమ్మాయిగారు! తమ్ముడిని ఎత్తుకోవడానికి ఎందుకంత ఫీలవుతున్నారు"

"పిలవకుండా ఏంచేయమంటావ్. వాణ్ని ఎత్తుకొని వీధిలో పోతుంటే విషయం తెలియని మా నాన్న స్నేహితుడోకాయన. ఏరా పిల్లకు పెళ్ళిచేసి చెప్పలేదు సరే. కనీసం పిల్లాడు పుట్టిన తరువాతైనా చెప్పొచ్చుకదరా. నువు పూర్తిగా మారిపోయావురా మాధవ అని అంటుంటే. నాకు .... తల కొట్టేసినట్టయింది."

పనిమనిషి ఏపని చేస్తున్నా, వసు చెప్పిన మాటలు తలచుకొని లోలోపలే నవ్వుకొంటోంది.

అలాగే ఓ చెవి మాధవరావ్ ఫోన్ సంభాషణ మీద పడేసింది.

"ఆ .. ఇక్కడే ఉండిపోదామని వచ్చానురా. వసుకి కూడా చదువు పూర్తి అయిపోయింది.పెళ్లి చేసేద్దామని.. ఏదయినా మంచి సంభంధం ఉంటే చూడరా...తొందరంటావేమిటిరా. ఇప్పటినుండి చూస్తే కదా ... సరే సరే ... రేపెటూ నువస్తావు కదా. డీటైల్స్, ఫోటో ఇస్తాను తీసుకుపో... సరే వుంటా.."

వసుంధరకు మంచి ఎన్ఆర్ఐ సంభంధమే దొరికింది. అబ్బాయి సాఫ్ట్ వేర్ ఇంజనీరు. ఆస్ట్రేలియాలో ఉద్యోగం. మంచి సంస్కారవంతుడు. పదికాలాలపాటు అందరూ చెప్పుకొనేంత కాకపోయినా పెళ్లి ఘనంగానే జరిగింది. అప్పగింతల వేళ ఈకాలం అమ్మాయిలలాగే వసుకూడా కన్నీటి చుక్క రాల్చకుండా ఆనందంగా వెళ్లిపోయింది. ఆ రోజు చూడటమే వసును మళ్ళీ తన

బామ్మ చనిపోయినతరువాత ఓసారి వచ్చింది చంకలో ఓ చంటిదానితో. మొక్కుబడిగా ఏదో ఐనట్టు పోయ్ నట్టు .. అంటీ అంటనట్టు ఓ రెండ్రోజులు అతి కష్టమ్మీద కాలం వెళ్ళబుచ్చి మొగుడితో వెళ్లిపోయింది. ఉన్న ఆ రెండ్రోజులు పిల్లలు బాగా కలిసిపోయారు. అది అసలు నచ్చేదికాదు వసుకి. వాళ్ళిద్దరూ ఆడుకుంటున్న ప్రతీసారి చంటిదాన్ని కోపంగా దెబ్బలేసి అవతలకు లాక్కుపోయేది. "ఆడుకోనీయవే బావ మరదళ్లే కదా .. రేపెలాగు కలసి బతకాల్సిన వాళ్ళు" అని ఎవరైనా అంటే అగ్గి మీద గుగ్గిలమయ్యేది.

కాలం తన పని తాను చేసుకుంటూ పోతోంది. పిల్లవాడు పెరిగి పెద్దవడం హై స్కూల్ చదువు పూర్తి చేయడం .. కాలేజీలో తనకు ఇష్టమైన ఎంబిబిఎస్ చదవలేకపోయినా ... ఎజి. బి.యస్సీ పూర్తి చేసి మమ! అనిపించాడు.. ఇవన్నీ చకచెక సాఫీగా జరిగిపోయినట్టు అనిపించినా .. ఆపుడపుడు పంటికింద రాయిలాగా కొన్నికొన్ని సంఘటనలు ఇటు మాధవరావును అటు అశోక్ అనబడే పిల్లవాణ్ణి కలచి వేస్తున్నాయ్.

స్కూల్లో ఉన్నపుడు మాధవరావు వస్తే తోటి పిల్లలందరు ఏరా మీ తాతయ్య వచ్చాడనడం. మిగతా పిల్లల పేరెంట్స్ చాలా యంగ్ గా ఉండటం .. కొన్నిసార్లైతే డైరెక్ట్ గా అడిగేసేవాడు నన్నెంతుకు ఇంత లేటుగా కన్నారని. పేరెంట్స్ మీటింగ్ కు మాధవరావ్ వస్తే

అస్సలు ఊరుకొనేవాడు కాదు. అశోక్ ప్రవర్తన చూసి మొదట్లో నవ్వుకున్నా .. ఉండగా ఉండగా వారిమధ్య ఎడం పెరిగిపోతుండడం చాలా కష్టం అనిపించేది మాధవరావుకి.

అటు చదువు అయిపోయిందో లేదో ఇటు మాధవరావ్ దగ్గరకు వచ్చి తన క్లాస్ మేట్ తోటి పెళ్ళి ప్రపోజల్ తీసుకొచ్చాడు అశోక్. పెళ్లి మీద ఇంట్రెస్ట్ ఉండి కాదు. త్వరగా పిల్లల్ని కనాలానే ఉద్దేశ్యంతో. అంతగా వాడి ప్రవర్తన పరాకాష్టకు చేరుకొంది. రోజురోజుకు వాడి పెళ్లి గోల ఎక్కువైంది. మాధవరావ్ కి కూడా వానికి పెళ్ళి చేస్తే ఓపనై పోతుందనుకున్నాడు. వయసు మరీ మీదపడిపోయింది. కాస్త ఒంట్లో సత్తువ ఉన్నపుడే ఆ పనికూడా కానిచ్చేస్తే తనకు ఓ బాధ్యత తీరుతుంది వాడికా కోరికా తీర్చినట్టుంటుంది.

***

ఆ సమయం ముంచుకొచ్చేసింది. మైల్డ్ పరాలసిస్ స్ట్రోక్. వెంటనే ట్రీట్మెంట్ ఇవ్వబట్టి సరిపోయింది.డాక్టర్ కొద్దిరోజుల్లోనే మామూలుగా నడవచ్చని చెప్పాడు. ఇంతకాలం అబ్బాయి పెళ్లేకదాని చాలా తేలిగ్గా తీసుకున్నాడు. ఇపుడున్న పరిస్థితి చూస్తే తను తొందర పడక తప్పదనిపిస్తోంది. బెడ్ మీద ఉంటూనే పెళ్ళిళ్ళ పేరయ్యను పిలిపించాడు. మంచి సంబంధం చూడమని

అశోక్ డీటైల్స్ అన్నీ ఇచ్చాడు. ఇక అశోక్ ఆనందానికి అవధుల్లేవ్. అప్పుడే పెళ్లైపోయినట్టుగా ఫ్రెండ్స్ కి ఓ స్మాల్ ట్రీట్ కూడా ఇచ్చేశాడు. వసుంధరకు విషయం తెలిసి ఆఘుమేఘాలమీద ఆస్ట్రేలియా నుండి వచ్చేసింది. తన తండ్రిని ఆ పరిస్థితిలో చూసి కన్నీరుమున్నీరయింది. ఎన్నో బరువు బాధ్యతలను సమర్ధవంతంగా మోసిన మనిషి మంచంలో అలా అచేతనంగా ఉండిపోయేసరికి వసులో ధుఖం ఆగలేదు.

కొద్దిరోజుల్లోనే మాధవరావు కోలుకొని తిరిగి మామూలు మనిషయ్యాడు.కొడుక్కి సంభంధాలు చూస్తూనే ఉన్నారు. సరైందేదీ దొరకట్లేదు. ఇంతలో దూరపు బంధువొకాయన మాటల సంధర్భంలో వసు కూతురి ప్రసక్తి తీసుకొచ్చాడు. మాధవరావు నొసలు చిట్లించి ' వాళ్ళ స్థాయికి మేం సరితూగగలమా. అమ్మాయి ఎక్కడో విదేశాల్లో చదువుకుంది. వాళ్ళ కోరికలు ఇష్టాలు వాళ్ళకుంటాయి. మనం అడిగి వాళ్ళని ఇబ్బంది పెట్టి, మనం ఇబ్బంది పడడం ఎందుకులే బావగారు. పైగా అక్క కూతుర్ని చేసుకుంటే వరసలు మారిపోతాయి. ఇది కరెక్ట్ కాదు. అక్క కూతుర్ని ఇటు తండ్రి చేసుకోవచ్చు, కొడుకూ పెళ్లి చేసుకోవచ్చా?!!. ఇదేమి ఆచారం. వద్దు వద్దు'. అంటూ గట్టిగానే తిరస్కరించాడు. ధరణిది కూడా ఇదే అభిప్రాయం. ఇటు కూతురితోను, అల్లుడితోనూ ఎప్పుడూ ఈ ప్రసక్తి తీసుకురాలేదు

వాళ్ళిద్దరూ. వసూకసలు ఆ ఆలోచనే లేదు. కానీ వసు మొగుడికి మాత్రం కాస్త ఇష్టంగానే ఉండేది. అబ్బాయి బుద్ధిమంతుడు .. వసు లాగే అందగాడు. బాగా చదువుకొని లైఫ్ లో కూడా స్థిరపడ్డాడు. ఇంతకంటే ఏంకావాలి. కాని ఇవి మాత్రమే కాకుండా వసు మొగుడు ఇష్టపడడానికి ఇంతకుమించిన అవసరమొకటుంది.

***

వసు మొగుడు వినయ్ చాలా ముక్కుసూటి మనిషి. ఏదైనా సరే. నిక్కచ్చిగా చెప్పడం సమాజాన్ని అవసరాల దృష్టితో చూడకుండా తన అల్లోచనలకు తగ్గట్టుగా ఇతరులను నొప్పించకుండా నడచుకొనే స్వభావం. అందుకే తన ఆలోచనలనే కాదు ఇతరుల ఆలోచనలను నచ్చితే గౌరవించడం లేకుంటే నచ్చలేదని మోహన్నే చెప్పేయడం అతని అలవాటు. తన కూతుర్ని కూడా అదేవిధంగా పెంచాడు. తన ఇష్టాలకు ఎంతో విలునిచ్చేవాడు. ఏ తండ్రి ఏ కూతురికి ఇవ్వనంత స్వేచ్ఛను తన కూతురికి ఇచ్చేవాడు. ఎవరైనా ఏంటీ ఆడపిల్లను ఇలా వదిలేస్తే ఎలా అంటే, తను ఒప్పుకోడు. వాళ్ళను మెచ్యుర్ గా ఆలోచించే వరకు పెంచడం మన భాధ్యత. ఆ తర్వాత వాళ్ళ ఆలోచనలను స్వాగతించడం మన సంస్కారం అనేవాడు. ఎవరికి అర్థం అయ్యేవాడు కాదు. ఒక్క కూతురికి తప్ప. ఎందుకంటే కూతురి

మనసెరిగిన వాడు కాబట్టి. ప్రేమ పేరుతో ఓ నయ వంచకుడు తన గారాల పట్టికి చేసిన గాయం తన కొక్కడికే తెలుసుకాబట్టి.

వసు పుట్టింటికి వచ్చిన ఓ నెలతరువాత వసు మొగుడు కూడా వచ్చేశాడు. ఇక్కడ ఉన్నపుడు ఎక్కువగా పిల్లలతోనే గడిపేవాడు. చాలా సరదాగా అనిపించేది అతనికి. పిల్లలిద్దరూ చేయిచేయి పట్టుకొని వెడుతుంటే ఎంతో మురిపెంగా చూసేవాడు. వసుంధర మాత్రం కొరకొరా చూసి కేకలేసేది.

ఎట్టకేలకు పిల్లల పెళ్ళి ప్రస్తావన తన మామగారి వద్ద తీసుకొచ్చాడొకరోజు. అది వీలుపడదులే అల్లుడుగారు అంటూ చాలా తేలికగా త్రోసిపుచ్చాడు మాధవరావ్. ఇక అత్తగారు సరేసరి. వసుకి ఇష్టం లేదని తప్పుకుంది. అంతరాల గురించి అడిగాడు. అభ్యంతరాల గురించి అడిగాడు. తను చెప్పాల్సిందంతా చెప్పి చూశాడు. ఎంతగా ప్రయత్నించినా ఎవ్వరూ ఒప్పుకోవడంలేదు. ఇక చేసేదేమీ లేక పిల్లల్నే అడిగాడు.

“ఆదేంటి బావ.. ఇంట్లో అమ్మకు నాన్నకు .. చివరికి అక్కకు కూడా ఇష్టంలేదుకదా. ఎందుకులే బావా.. నీ ప్రయత్నం మానుకోవడం మంచిది” అన్నాడు అశోక్.

తన మనసులోని బాధనంతా చెప్పుకున్నాడు వినయ్. మొదట్లో అశోక్ విస్తుపోయినా వినయ్ చెప్పిన మాటలతో పెద్దవాళ్ళను ఎదిరించడానికి సిద్ధపడ్డాడు.

***

ఓ రోజు ముగ్గురూ కలసి వాళ్ళ నిర్ణయాన్ని చెప్పారు. నా బొందిలో ప్రాణముండగా ఈ పెళ్ళి జరగదని తెగేసి చెప్పేసింది వసుంధర. మాధవరావు మాత్రం నేల చూపులు చూస్తూ "వసుకు ఇష్టం లేనప్పుడు ఎందుకులే అల్లుడుగారూ" అంటూ వెళ్ళిపోయాడు. ధరణి ఎటూ చెప్పలేక లోపలి వెళ్ళిపోయింది. వినయ్ పట్టుదల మరింతగా పెరిగింది.

"మీరెవరు కాదన్నా ఈ పెళ్ళి జరిగి తీరుతుంది. అరె... పిల్లల సుఖసంతోషాల గురించి ఎవరూ ఆలోచించరే... ఏమే వసు! నువు పుట్టడం పుట్టడం ఆస్ట్రేలియాలో పుట్టావా??.. ఈ డబ్బు, సంపాదన అంతా మనం పుట్టగానే వచ్చాయా. త్వరలో ముహూర్తాలు పెట్టిస్తా. ఇష్టం ఉన్నవాళ్ళు వచ్చి అక్షింతలు వేసివెళ్లొచ్చు." స్థిరంగా తన నిర్ణయాన్ని తెగేసిచెప్పి, అక్కడి నుండి విసవిసా వెళ్ళిపోయాడు వినయ్.

***

పెళ్ళి పనులు చాలా నిరాడంబరముగా జరుగుతున్నాయి.దగ్గరివాళ్ళనందరిని తానే స్వయంగా పిలిచాడు వినయ్.ఇంట్లో వాళ్ళందరూ ఎవరికీ ఏమి పట్టనట్టుగా ఉంటున్నారు. పెళ్లి హడావిడి అంతా ఆ ముగ్గురిదే. ధరణి ఇటు ఎవరితోనూ చెప్పుకోలేక సతమతమవుతూ ఉంది. ధరణి, వసులకు కంటినిండా నిద్ర కరువైంది. ధరణి బాగా నీరసించి పోయింది. ఇక మాధవరావ్ పరిస్థితి సరేసరి. ఎక్కడ మళ్ళీ జబ్బు తిరగబెడుతుందోనని ధరణికి బెంగెట్టుకుంది. ఓ సమస్యగా తయారైన ఈపెళ్ళి ఆగిపోవాలి. ధరణి చాలా గట్టి నిర్ణయమే తీసుకుంది. తన ప్రాణాలమీదకు తెచ్చుకుంది. ఇపుడు హాస్పిటల్ లో అచేతనంగా కోమాలో ఉంది.

వినయ్ లో పట్టుదల మరింత పెరిగింది. అత్తగారి కోసం తన యావత్తును ఫణంగా పెట్టేదానికి సిద్ధపడ్డాడు వినయ్. కానీ పెళ్లిమాత్రం జరిగి తీరాలి. పెళ్లి వాయిదా వేయమని ఎవరైనా అంటే కస్సుమని లేస్తున్నాడు.

మండపంలో పెళ్లి ఏర్పాట్లు ముమ్మరంగా జరుగుతున్నై. ఇంటి దగ్గర పెళ్ళిసందడి అంతంత మాత్రంగానే ఉంది. వసు ఐతే రూమ్ నుండి బయటకు రావడమేలేదు. మాధవరావులో అదుర్దా మొదలైంది. మాధవరావు, వసు కలిసి ఓ నిర్ణయానికి వచ్చినట్టు ఓ అంబులేన్స్ మాట్లాడుకున్నారు. హాస్పిటల్ సిబ్బంది

అడ్డుచెప్పినా వినకుండా బెడ్ మీద ఉన్న ధరణిని అంబులేన్స్ లో షిఫ్ట్ చేసి, పెళ్ళిమండపం వైపుగా దారి తీశారు.

***

పిల్లలిద్దరూ పెళ్లి పీటలమీద ఉన్నారు. ముహూర్తం దగ్గర పడే కొద్ది మాధవరావ్, వసులో ఆదుర్దా ఎక్కువౌతోంది. వినయ్ ఓ వైపు అతిధుల్ని ఆహ్వానిస్తూనే .. తన వాళ్ళ రాక కోసం ఎదురు చూస్తున్నట్టు అనిపిస్తోంది. అంబులెన్స్ మండపం దగ్గర ఆగిన తక్షణం, వెంటనే ధరణిని వీల్ చైర్లో పెట్టుకొని, పరుగులతో వేదికవద్దకు చేరుకున్నారు వసు, మాధవరావ్.

“ఆపరా వినయ్!! ఆపరా..” కోపంగా ఘర్జించిది మాధవరావ్ కంఠం.

మామగారి నోట ఇలాంటి పిలుపు .. అదీ పేరెట్టి ఒరే అని పిలవడం .. అంత కోపంగా... విస్తుపోయి నిలబడిపోయాడు వినయ్.

“ఆపండి అల్లుడుగారు!! దయచేసి ఈపెళ్ళి ఆపండి” మాధవరావు రెండు చేతులు జోడించి వేడుకోలుగా అన్నాడు.

“ఇది పాపం అల్లుడు .. పాపం .. అన్నా చెల్లెళ్లకు పెళ్లిచేయడం .. ఘోరమైన పాపం అల్లుడు .. ఘోరమైన పాపం చేస్తున్నావ్”.

ఒక్కసారిగా ఉలిక్కిపడి ప్రాన్పడిపోయి చూస్తోంది కళ్యాణ మండపం యావత్తు.

"అందరూ అనుకుంటున్నట్టు అశోక్ నా కొడుకు కాదు వినయ్. వసు కొడుకు". కన్నీళ్లు కారుస్తూ మొహాన్ని తన రెండుచేతులతో కప్పుకొని కుప్పకూలిపోయాడు మాధవరావ్. వసు తన తల్లి దగ్గరే తలవంచుకొని ఉండిపోయింది.

"నేన్నమ్మను. ఈ పెళ్లి ఆపడానికి మీరు ఆడుతున్న అబద్ధం. ఈ మాట వసును చెప్పమనండి" అసహనంగా దాదాపు అరిచేశాడు వినయ్. పరుగు పరుగున వసును చేరుకొని ఆమె వంచిన తలను చుబుకాన్ని పట్టుకొని పైకెత్తుతూ, తన రెండు చేతుల్తో ఆమె చెంపల్ని నిమురుతూ, మూసిన ఆమెకళ్లలోకి చూడడానికి ప్రయత్నిస్తూ "చూడు వసు! చెప్పు వసు!... ఇది అబద్ధమని. ఈ పెళ్లి నీకు ఇష్టం లేకుండా జరుగుతుందని.." బ్రతిమాలుతూ అడుగుతున్నాడు వినయ్.

కుమిలి కుమిలి ఏడుస్తూనే ఓ తెగింపు వచ్చిన దానిలా వినయ్ చేతుల్ని విధిలించి కొడుతూ తడిసిన కళ్లను అలాగే మూసి ఉంచి

"అవును!!!. ఇది నిజం!!! .. దాదాపుగా అరిచినంత పనిచేసింది వసు.

రెప్పలతో కన్నీళ్లను పిండేస్తూ "అవును వాడు నా కొడుకే ... పెళ్లికి ముందు జరిగిన ఓ వంచన. చెప్పుకొనే ధైర్యం లేక నా నిజాన్ని కడుపులోనే దాచుకుంది మా అమ్మ. ఆ అబద్ధాన్ని తొమ్మిది నెలలు మోసింది. ఇప్పటికీ మోస్తూనే ఉన్నాడు మా నాన్న". ఇన్నాళ్ళున్న గుండెలోని భారాన్ని ఓ ధీర్ఘశ్వాసతో వదిలేస్తూ తన ఎర్రబడ్డ కళ్ళకు లోకాన్ని చూపిస్తూ బ్రద్దలైంది వసు.

కళ్యాణ మండపంలో నిశ్శబ్ధం అతిధుల గుసగుసల మధ్య పగిలి ముక్కలౌతోంది.

"నాకు తెలుసు". అతి తేలికగా అన్నాడు వినయ్.

"ఈ ధైర్యం అప్పుడే ఉండుంటే .. నా భార్యకి ఈ మనోవ్యధ తగ్గేది. ఓ వెధవ చేసిన తప్పుకి నా భార్య జీవితాంతం ఇలా కుమిలిపోవాల్సిన అవసరం ఉండేదికాదు. ఈ భారం అప్పుడే దించుకొని ఉంటే ... నా వసు నాకు ఎప్పుడు సంతోషంగా కనిపించేది".

అతిధుల వైపు తిరిగి "డియర్ ఫ్రెండ్స్!!. ప్లీజ్ దయచేసి కూర్చోండి. ఇక్కడ మీరనుకున్నట్లు పెళ్లి జరగటం లేదు. అశోక్ దత్తత మహోత్సవం జరగబోతోంది. అతి త్వరలో మా పిల్లల పెళ్లిళ్లు ఒకే వేదికపై జరగబోతున్నై. మళ్ళీ మీరందరూ ఆ

వేడుకకు రావాలి". అంటూ వసు వైపు చూశాడు వినయ్. వసు అక్కడ లేదు.

***

ఇంట్లో ఒంటరిగా కూర్చుని ఉంది వసుంధర. మెల్లగా భుజమ్మీద చేయివేశాడు వినయ్. తల వంచుకొని కళ్ళనీళ్ళ పర్యంతమయ్యింది వసు. అమాంతంగ వినయ్ కాళ్లమీద పడిపోయింది. వినయ్ కూడా నేలమీద కూర్చుండిపోయాడు. మెల్లగా ఆమె చుబుకం పైకెత్తి కన్నీళ్ళోడుతున్న కనురెప్పలను సుతారంగా తుడుస్తూ

"ఇంకా ఎందుకు వసు ఈ కన్నీళ్లు. ఇన్నాళ్ళు నువ్వొంటరిగా బాధ పడుతుంటే .. నేను నీకు దూరమైపోతున్నట్టు ...నన్ను నీవు పరాయివాడిగా చూస్తున్నట్టు .. ఏదో .. తెలియని భాధ వెంటాడుతుండేది.... ఇప్పుడు కూడా నన్ను .. బాధపడమంటావా చెప్పు ఊ .. నన్ను నిజంగా పరాయివాడిగానే చూస్తున్నవా?.."

వెక్కి వెక్కి ఏడుస్తూ వినయ్ గుండెలమీద వాలిపోయింది వసు.

ఓదార్పుగా తలనిమురుతూ నుదిటిపైముద్దుపెట్టాడు వినయ్.

***

ఓ ఏడాదికాలం ఇట్టే గడచిపోయింది. వినయ్ ఇండియాలోనే స్థిరపడిపోయాడు. ఇప్పుడతని ఆశలన్నీ తన పిల్లలమీదే .. తనకలలన్నీ తనపిల్లలవే.

తను కన్న కలలు నెరవేరే ఆ రోజు రానే వచ్చింది. ఇల్లంతా పెళ్లికళతో ఎంతో సందడిగాఉంది. ఎవరిపనుల్లో వాళ్ళు చాలా బిజీగా ఉన్నారు. అతిధుల్ని ఆహ్వానించడంలో వినయ్ తలమునకలైఉన్నాడు. ఎంతమంది అతిధులొస్తున్నా అతనికళ్లుమాత్రం ఎవరికోసమో ఎదురుచూస్తున్నట్టుంది.

ఎట్టకేలకు అతనికళ్ళుమెరిశాయ్.. ఓ అతిధిని చూసి ... ఆమే వసుంధర స్నేహితురాలు.

***

వసు ఆశ్చర్యపోయింది తన ఫ్రెండ్ ని చూసి. కాసేపు అలానే చూస్తూ ఉండిపోయింది.

“ఒసే మొద్దు .. నేనే నే.. నీ కంటే మీ ఆయనే నయమే. పిల్లల పెళ్ళికి కూడా గుర్తురాలేదే నేను.. ఇంకా ఏదో అనబోతుంటే అమాంతంగా గట్టిగా వాటేసుకుందీ వసు పట్టలేని ఆనందంతో...

“ఇన్నాళ్ళు ఏమైపోయావే .. ఎక్కడున్నావ్. అసలీ పెళ్ళి సంగతి ఎలా తెలిసింది...”

"ఆపవే నీకొశ్చన్లు బాబు ... కాస్త ఊపిరి తీసుకోనీవే నన్ను..."

"నీవు మీనాన్నగారికి ఒంట్లో బాగాలేదని ఇండియా వచ్చావా .. ఆ టైమ్ లో వచ్చా ఆస్ట్రేలియాకి .. అక్కడ మన ఫ్రెండ్ సులోచన చెప్పింది మీరెక్కడున్నారో. మీ ఆయనే నన్ను పిలిచింది ఈరోజు ఈ పెళ్ళికి. నీవేమైనా పిలిచావా ఏం. పోవే నీతో పలకను.."

"సారీ నే .. ప్లీజ్ ప్లీజ్ .. నిజంగా నాకు తెలీదే నీవెక్కడ ఉన్నావో. మా ఆయన కూడా చెప్పలేదే. నన్ను నమ్మవే బాబు.."

"సరే .. సరే .. ఏది నీకొడుకు చూడాలనివుందే. చూపించవేముందు. మీ ఆయన చెప్పాడే అచ్చం నీలాగే ఉంటాడని". చెప్పుకుపోతుంది వాసు ఫ్రెండ్.

మెల్లగా అర్ధమవసాగింది వసుకి తనగురించి వినయ్ కి ఎవరు చెప్పారో. ఇంతకాలం తన ఫ్రెండ్ ని దూరంగా పెట్టినందుకు తనను తాను కసిగా తిట్టుకుంది.

చెప్పుకు పోతోంది వసు ఫ్రెండ్ ".. ఒసే! నీకీ సంగతి తెలుసా. వాడ్ని ఎవరో చంపేశారట. ఏదో బార్ లో గొడవ పడుతుంటే. ........... ముదనష్టపు వెధవ .. కుక్కచావు చచ్చాడు. నీకు చేసిన దానికి వాడికి తగిన చాస్తేజరిగింది......"

గాల్లో తేలినట్టుంది వసుంధరకు. సంపూర్ణ ఆనందాన్ని చవిచూస్తోంది ఇవాళ్ళ. ఆనందం పట్టలేక గాట్టిగా ముద్దెట్టుకుంది తన ఫ్రెండ్ ని.

“ఇన్నాళ్ళెందుకు కలవలేదే భడవా రాస్కెల్..” ముద్దుగా తిట్టుకొంటూ తన చిన్ననాటి కాలేజీ రోజుల్లోకెళ్లిపోయింది వసుంధర.

తృప్తిగా నవ్వుకున్నాడు వినయ్. ఆ బార్ ఓనర్ తన ఫ్రెండ్ కాకపొయుంటే తను ఈసరికి ఏ జైల్లోనో ఉండేవాడు.

-:శుభం:-

# సూసైడ్ స్పాట్

సమయం రాత్రి ఎనిమిది కావొస్తోంది. దేవగిరి పార్క్ లో సేదతీరుతున్న జనాలను పార్క్ మూసేసే సమయమయ్యిందని బయటకు వెళ్ళండని హుషారు చేస్తున్నాడు సెక్యూరిటీ ఓబులేసు.

ఆ రోజు నైట్ డ్యూటీ తనదే అవడంతో పార్క్ అంతా ఖాళి అయ్యిందా లేదా అనేది చూసుకోవడంలో తలమునకలై ఉన్నాడు ఓబులేసు.మెల్లమెల్లగా అమ్యూజ్మేంట్ యంత్రాల చప్పుడ్లు, పిల్లల కేరింతలు, పెద్దల మాటలు, ప్రేమికుల గుసగుసలు ..పొదలకదలికలు .. సద్దుమణుగుతున్నాయి ఒక్కక్కటిగా అన్నీ. పార్క్ లో పనిచేస్తున్న సిబ్బంది ఒక్కోక్కరుగా వాళ్ళ అవుట్ పాస్ ల పై సెక్యూరిటీ సైన్ చేయించుకుని వెళ్ళిపోతున్నారు. ఇక ఎవ్వరూ లేరని నిర్దాణించుకున్న తర్వాత మెయిన్ గేటు మూసివేసి, గేటుకు ప్రక్కనే ఉన్న సెక్యూరిటీ పోస్ట్ లో స్థిమితంగా కూర్చున్నాడు ఓబులేసు.

పార్క్ లో అక్కడక్కడ లైట్లు వెలుగుతున్నై. ఎక్కడో దూరంగా పట్టణ రహదార్ల తాలూకు శబ్దాలు లీలగా వినిపిస్తున్నై. ముఖ్యమైన ప్రదేశాల్లో పెట్టిన సిసి కెమరాలు పనిచేస్తున్నాయో లోదోనని చెక్ చేసుకుంటూ ఎవరో పక్కన ఉన్నట్టనిపించి తిరిగి

చూశాడు. తన పక్కనున్న బెంచీలో ఓకుర్రాడు కుర్చుని తనవంకే తదేకంగా చూస్తూ ఉంటే క్షణకాలం ఉలిక్కిపడ్డాడు ఓబులేసు.

ఎక్కడ మిగిలిపోయాడో పార్కులో ఇపుడు ఓబులేసు పక్కన ప్రత్యక్షమయ్యాడు. విస్మయంగా చూస్తూ "ఏయ్ ఎవరివయ్యా నువ్వు... ఇంతసేపూ ఎక్కడున్నావ్ .. ఇంకా పోలేదా ఇక్కడినుండి.." కించిత్ కోపంగా అరిచాడు ఓబులేసు.

అతనేమాత్రం తొట్రుపడకుండా "సార్ .. అప్పలరాజు ఎప్పుడొస్తారు సార్"

"అప్పల్రాజా?!... ఎవరు??"

"ఆయనే సార్ ఇక్కడ సెక్యూరిటీగా పనిచేస్తుంటాడు"

"ఓ అతనా ... అతనితో ఏం పని ఈ టైములో ... అయినా పార్కంతా గాలించానే .. ఇంతసేపు ఎక్కడున్నావ్ నువ్వు..."

"సూసైడ్ స్పాట్ దగ్గర"

"అ .. ఏం చేద్దామని"

"అదేంటి సార్ అలా అంటారు .. సూసైడే చేసుకుందామని".

ఏమనాలో అర్థం కాలేదు ఓబులేసుకి. ఆ కుర్రాడికి పట్టుమని పాతికేళ్ళు కూడా ఉండవు. మనిషిని చూస్తే చదువుకున్నవాడిలా ఉన్నాడు. ఏం పోయేకాలం వీడికి. నవ్వొచ్చింది తన ఆలోచనకు ..

పొయ్యేకాలం దగ్గర పడే కదా ఆ స్పాట్ కోచ్చేది... చచ్చేవాడు ఇక్కడ దాకా వచ్చి చావాలా. ఇదేదో గవర్నమెంట్ సూసైడ్ సెంట్రన్నట్టు .. ఎంత ధైర్యంగా చెబుతున్నాడు... అయినా వీడి చావుకి, అప్పలరాజుకి ఏమిటి సంబంధం. ఇదేదో కాస్త ఇంటరెస్టింగ్ కేస్ లా ఉంది అనుకుంటూ..

“మరి చావకుండా వచ్చేశావేం” వ్యంగ్యంగా అన్నాడు ఓబులేసు

“రెండు రోజులనుండి తిరుగుతున్నా ..అయన గురించి ఎవ్వరూ ఏమీ చెప్పట్లేదు... ప్లీజ్ సార్ అయన ఎప్పుడొస్తాడో చెప్పండి”

“ఏం చావడానికి అతని హెల్ప్ ఏదైనా కావాలా” పెటకారంగా నవ్వి

“పోనీ .. ఆయన నీకేమైనా డబ్బెగ్గోట్టాడ .. నువ్వే ఇవ్వాల్నా .. లేక ఆయనకు సంభందించిన వాళ్లతో ఏదైనా లవ్ వ్యవహారమా” విషయాన్ని కూపిలాగడానిని ప్రయత్నించాడు ఓబులేసు.

“కాదు”

“మరాయనతో నీకేం పని”

“అదీ...ఆయనతో మాట్లాడాలి.. నా బాధలన్నీ చెప్పుకోవాలి”

“ఆయనకు చెబితే నీ బాధలేమైనా తీరిపోతాయా. లేక తీరుస్తాడా” కుశాలగా ఉంది ఓబులేసుకి ఆ కుర్రాడితో మాట్లాడుతోంటే. ఇక సరైన సమాధానం రాదనీ తెలిసిపోయినట్టుంది అతనికి. నిరాశగా ముఖంపెట్టి బయటకువెళ్ళడానికి ఉద్యుక్తుడయ్యాడు.

ఓబులేసు ఆసక్తి పై నీళ్ళు చల్లినట్టుంది అతని వ్యవహారం. వెళ్తున్న అతనిని ఆపి

“మరి నాతో చెప్పుకుంటే తీరవా.. చెప్పు నీ బాధలేంటో.. నా చేతనైన సాయం చేస్తాలే” అంటూ ఆ రాత్రి తనకు కాలక్షేపం చేజారిపోతున్నట్టుగా అతని చేయి పట్టుకునిలాగాడు ఓబులేసు.

“లేదు సార్ .. ఆయన ఉన్నప్పుడే వస్తాలెండి “ అంటూ ముందుకు కదిలాడతను.

వదలలేదు ఓబులేసు .. “కనీసం ఆయన నీకెలా తెలుసు .. ఆయన నీకేమైనా బంధువా.. ఇవి చెబితేనే అతని గురించి చెబుతా” అంటూ అతనిని లాగి బల్లపై కుర్చోపెట్టాడు.

ఇక తప్పదన్నట్టుగా నిరాశగా చెప్పుకొచ్చాడు ఆ కుర్రాడు

“నాపేరు చలం .. నాకాయన చిన్నపటినుండి తెలుసు .. నేను పదేళ్ళ వయసులోనే వచ్చా ఇక్కడికి”

ఆసక్తిగా చూడసాగాడు ఓబులేసు అతనివైపు.

"ఇలానే ఓసారి వచ్చా ఇక్కడికి.." అంటూ ఆపుడు జరిగిన సంఘటనను చెప్పుకు పోతున్నాడు ఆ కుర్రాడు

***

"అంకుల్! ఇక్కడ సూసైడ్ స్పాట్ ఎక్కడుంది."

"ఎవడ్రా నువ్వు ... ఎందుకురా అక్కడికి" పదేళ్ళ పిల్లాడి నోటివెంట ఆ మాట వినడంతోనే షాక్ తిన్నాడు అప్పలరాజు ...

"చావడానికి"

"చావడానికా .. ఓర్నీ ఎంతరా నీ వయసు .. వేలెడంత లేవు.. సూసైడ్ స్పాట్ లేదు గీటు లేదు .. ఫో అవతలికి"

"నే టిక్కెట్ కొన్నా పార్క్ కి"

"అయితే పార్క్ చూడు .. అక్కడికి ఎందుకురా.."

"మరి బోర్డు పెట్టారుగా"

"బోర్డ్ పెడితే ... అక్కడికి ఎవ్వరూ రాకూడదని ... అక్కడికెళ్ళి చావడానికి కాదు .. అక్కడ చచ్చిన వాళ్ళు దయ్యాలై తిరుగుతున్నారు .. నువ్వెళ్ళావనుకో నీపని ఇంతే" బెదిరింపుగా అన్నాడు అప్పలరాజు.

"ఊహు ...నాకు బ్రతకాలని లేదు.." ఏడుపుమొహం పెట్టాడా పిల్లవాడు.

అప్పలరాజుకి నవ్వు, కోపం రెండూ ముంచుకొచ్చాయి ఒకే సారి.

చేతి లోని కర్రను కింద పెట్టి మోకాళ్ళ పై కూర్చుంటూ "ఏం పేరురా నీ పేరు. మీ అమ్మ నాన్న ఎవరూ" అనునయంగా అడిగాడు అప్పలరాజు

తల అడ్డంగా ఊపాడు ఆ పిల్లవాడు.

"చెప్పవా?! ... అయితే నీకా స్పాట్ కూడా చూపించను ఫో"

"నాకు అమ్మా నాన్న లేరు. చనిపోయారు"

"అయ్యో చనిపోయారా ... ఎప్పుడు"

"ఇక్కడే ఈ పార్క్ లోనే "

"ఎవరు చెప్పార్రా"

"మా పిన్ని. ఇక్కడకొచ్చి చనిపోయారంటగదా మా అమ్మా నాన్న. నేనూ వాళ్ళ దగ్గరకు పోవాలి. అందుకే"

"ఏం మీపిన్ని దగ్గరుండొచ్చుగా"

తల అడ్డంగా ఊపాడు ఆ పిల్లవాడు. "వద్దు. మా పిన్ని రోజూ కొడుతుంది ... నేనేమో సరిగా చదవట్లేదట ..ఇంట్లో పనీ

చేయట్లేదట .. ఎందుకూ పనికిరాని వాడినని ఎప్పుడూ తిడుతూఉంటుంది"

"నీ మంచి కోసమే కదరా. పిన్ని చెప్పినట్టు వినోచ్చుకదరా"

మౌనంగా నేలచూపులు చూశాడు. "వద్దు నాకు మా అమ్మా నాన్నే కావాలి"

దగ్గరకు తీసుకున్నాడు అప్పలరాజు. ఇంత చిన్న వయసులో చనిపోవాలనే ఆలోచన రావడం దారుణం.

"సరే అమ్మా నాన్న ఉంటే ఎం చేస్తావో చెప్పు"

"ఆడుకుంటా.."

"అంతేనా"

"ఇంకా ..అమ్మ ఒళ్లో కుర్చోన్ని చదువు కుంటా. నాన్న వేలు పట్టుకుని ఊరంతా తిరుగుతా .. అమ్మ నాకు అన్నం కలిపి గోరుముద్దలు పెడుతుంది .. నాన్న నాకు కావలసినవన్నీ తెచ్చిస్తాడు"

"మరి ఇవన్ని నువ్వు చనిపోతే వస్తాయా .. అసలు చావంటే ఏంటో తెలుసా నీకు... చావడానికెంతో ధైర్యం కావాలి. బ్రతకడమేంటీ... ఎలాగైనా బ్రతకొచ్చు. చావాలనుకొనే ప్రతిఒక్కరు ఎదో పోగొట్టుకున్నామనే వస్తారు. అంటే పోగొట్టుకున్న దాన్ని

ఆశిస్తారు. అంటే బ్రతుకుమీద ఆశ ఉందనే అర్థం. అలాంటపుడు చావడమనేది అర్థం లేని విషయం. అసలు మీ అమ్మా నాన్న ఎందుకు చనిపోయారో తెలుసా నీకు"

"తెలీదు"

"అయితే తెలుసుకు రాపో ... వెళ్ళు .. అంతవరకూ నీకా స్పాట్ దారి చూపించను." నిశ్చయంగా అన్నాడు అప్పలరాజు

***

"తెలుసుకున్నావా.. ఆ తర్వాత ఎప్పుడూ ఇక్కడికి రాలేదా" మరింత ఆసక్తిగా అడిగాడు ఓబులేసు

"లేదు. ఆ వయసులో నాకేదో చెప్పారుకాని అర్థం కాలేదు. కాని బ్రతకడమెలాగో తెలుసుకున్నా."

"మరిప్పుడెందుకొచ్చావ్"

"ఇంతకు ముందే చెప్పాను కదా ... చావడానికని"

"ఇది నేరం .. ఆ సంగతి తెలుసా నీకు. తీసుకుపోయి జైలులో పెడతారు. అక్కడ బ్రతికేకంటే బయట బ్రతకడం చాలా సులభం .. ఆలోచించుకో. అయినా చనిపోయేంత కష్టమేమొచ్చింది నీకు"

"నా చావుకో అర్థముంది అది ఆయనకే చెప్పాలి"

"మరి ఇక్కడి నుండి నువ్వు దయచెయ్.. నీకతని వివరాలు చెప్పడం నాకిష్టం లేదు .. వెళ్ళు వెళ్ళు." కాస్త గట్టిగానే అన్నాడు ఓబులేసు.

"ప్లీజ్ చివరిసారిగా అతనితో మాట్లాడాలి .. నేను చెప్పుకోవాల్సింది చాల ఉంది. దయచేసి ఆయన ఎక్కడుంటారో చెప్పండి .. ప్లీజ్" బ్రతిమాలుకున్నాడతను. వినలేదు ఓబులేసు. అతని రెక్క పట్టుకుని లేవమన్నట్టుగా లాగాడు. బెంచ్ మీద నుండి జారి క్రిందపడ్డాడతను. క్రింద పడ్డవాడల్లా ఓబులేసు కాళ్ళను చుట్టేసాడు.

"నేనో తప్పు చేశాను .. కడుపుతో ఉన్న భార్యని అనుమానించా. అందరిముందు ఆమెను అవమానించా ... ఇంట్లోంచి వెళ్ళిపోయింది ..ఇంతవరకు ఆచూకి లేదు. కోరి కట్టుకున్న భార్య. నేనవమానించేసరికి తట్టుకోలేక ఎక్కడో ఆత్మహత్య చేసుకోనుంటది. అంతే ... అంతే .. నేనూ ఆమె దగ్గరికి వెళ్లిపోవాలి ... నేను చచ్చిపోవాలి .. ప్లీజ్. అతనితో నా బాధ చెప్పుకోవాలి .. నేను బ్రతికేమార్గమేదైనా ఉందేమో ...అది అతనికి బాగా తెలుసు... అది అతనికే తెలుసు...." రెండు చేతులతో ముఖాన్ని కప్పుకొని ఓబులేసు పాదాలపై పడి కుమిలికుమిలి ఏడ్వసాగాడతను.

ఓబులేసులో కోపం బాధ ఒకేసారి ముంచుకొచ్చాయ్. అతని బుజాలు పట్టుకుని పైకి లేపాడు. కళ్ళు తుడుచుకోమని బల్లపై కుర్చోపెట్టాడు. తను తెచ్చుకున్న నీళ్ళ బాటిల్ ని చేతికిచ్చాడు త్రాగమని. బోటిల్ ని చేతిలోకి తీసుకుని ఇవి త్రాగితే చెబుతావా అన్నట్టుగా చూశాడు ఓబులేసువైపు. సరే త్రాగమనిఅన్నట్టుగా కనుసైగ చేశాడు ఓబులేసు. గటగటా త్రాగి అతనిచ్చిన బోటిల్ ని విండోలో పెడుతూ

"ఐతే నీకు అప్పలరాజు ఆచూకి కావాలన్నమాట" రేలాక్సుడుగా తన తొడలపై చేతులు వేసుకుని కుర్చీలో ముందుకు వెనుకకు ఊగుతూ కళ్ళు మూసుకున్నాడు ఓబులేసు. కళ్ళు తెరిచి అతనివైపు చూసి

"నీలాంటోళ్ళు చావాల్సిందే... చావు!! .. నువ్వు చస్తేనే అప్పలరాజుని కలుసుకోగలవ్. ఎందుకంటే అప్పలరాజు కూడా చచ్చాడు కాబట్టి".

అయోమయంగా చూశాడతను నమ్మలేనట్టుగా

"నేను రెండు రోజులనుండి తిరుగుతున్నా ... ఎవరూ చెప్పలేదే..."

"ఇంతకూ ముందు పనిచేసే వాళ్ళందరూ మారిపోయారు, కంట్రాక్టర్ మారిపోయేసరికి. ఆ అప్పలరాజు ఇక్కడ పనిచేసే

వాళ్ళెవరికీ తెలీదు. అతను చచ్చింది నిజం. అతను చచ్చి చాన్నాళ్ళయ్యింది. పరువు కోసం చచ్చాడు. ఇక్కడే. ఈ పార్కులోనే... ఆ సూసైడ్ స్పాట్ లోనే ...ఆయన గారాల కూతురు ఎవడితోనో లేచిపోయేసరికి" ఫ్లాస్కు లోని టీని కప్ లోనికి వొంపి అతనికి అందిస్తూ అన్నాడు ఓబులేసు.

చల్లటి వాతావరణంలో పొగలు కక్కుతున్న టీని మెల్లగా చప్పరిస్తూ రుచిని ఆస్వాదిస్తున్నాడు ఓబులేసు.

పరిసరాలన్నీ సద్దుమణిగాయి ... ఎక్కడో పొదల్లో కీచురాళ్ళ చప్పుడు అదే పనిగా వినవస్తోంది.

టీ కప్పులో కన్నీళ్లు నింపుతూ మౌనంగా రోదిస్తున్నాడా యువకుడు. అదేపనిగా రోదిస్తున్నఅతన్ని బుజం మీద తట్టి "ముందు టీ త్రాగు.. ఆతర్వాత ఏడుద్దువుగాని" వెటకారంగా అన్నాడు ఓబులేసు. చిన్న చిన్న కారణాలకు ఆత్మహత్య చేసుకునే వాళ్ళమీద అతనికున్న ఏహ్యాభావం అతని కళ్ళల్లో స్పష్టంగా కనబడుతోంది.

"బ్రతకడానికి లేని ధైర్యం చావడానికి పనికొస్తుందా ... ఎందుకురా పుడతారూ .. అన్నేళ్ళు నెత్తిమీదకొచ్చిన ఆ ముసలి అప్పలరాజు అంతే.. బోడి ప్రిస్టేజి పక్కనపెట్టి ప్రేమించినోడితో కూతుర్నిచ్చి పెళ్లి చేసుంటే .. ఆపిల్ల బతుకు బాగుపడదా ..

చెవులు కోరుక్కునేటోళ్ళు ఎంతకాలం కోరుక్కుంటారు. వాళ్ళకిదే పనా .. అస్తమానం .. ఆ లేపుకుపోయినోడు ఎదవయ్యి.. ఆ పిల్లను వదిలేశాడనుకో .. కనీసం ఆపిల్ల తలదాచుకోడానికైనా బతికుండాల్నా ..... అది కూడా లేకుండా చేసుకున్నాడు సూసైడ్. ... వాడు నీకో గురువు ... నీకో బ్రతికే మార్గం చూపిస్తాడూ". మరింత వెటకారంగా నవ్వాడు ఓబులేసు.

"వాడి చావుకే అర్థంలేదు .. మళ్ళీ నీ చావుకి ... చాల్లే ..ఇక బో ఇంటికి .. అ చచ్చేదేదో ఇంటికాడ చావ్" ఇక లేచి వెళ్ళమన్నట్టుగా అతని వీపుమీద తట్టాడు ఓబులేసు.

లేచి కళ్ళు తుడుచుకున్నాడతను. ఏదో నిర్ణయానికి వచ్చిన వాడిలా లేచి బయలుదేరాడు అక్కడనుండి.

"ఇంతకీ ఎక్కడికి ... నీ చివరి కోరిక ఇక్కడ చావడమైతే నాకేం అభ్యంతరం లేదు .. పార్క్ లోని సూసైడ్ స్పాట్ కి తీసుకెళతా.." సెక్యూరిటీ హట్ నుండి బయటకు వెళుతున్న అతనితో పెద్దగా అంటూ వెకిలిగా నవ్వాడు ఓబులేసు.

"లేదు, నే వెళ్లిపోవాలి. నా భార్యను వెతుక్కోవాలి ... చేసిన తప్పు దిద్దుకోవాలి .... నే చస్తే నాకా అవకాశం రాదు." ఏదో ఆవేశం పూనిన వాడిలా ముందుకుకదిలాడా కుర్రాడు.

ఓసారి దీర్ఘంగా నిట్టూర్చి నవ్వుకున్నాడు ఓబులేసు.వడివడిగా వెడుతున్న అతని వైపే చూస్తూ హడావిడిగా సెల్ ఫోన్ తీసుకుని డైల్ చేశాడు

.. అవతల ఫోన్ లిఫ్ట్ చేసి చేయకముందే

"హలో." అన్నాడు ఉండబట్టలేక ఓబులేసు

"హలో .. చెప్పన్నయ్యా .... ఏంటీ టైం లో." ఆమె అడగడం పూర్తి కాకముందే

"అమ్మా రేణు! .. మీ ఆయన వచ్చాడమ్మా" ఆనందంగా చెప్పాడు అప్పలరాజు కొడుకు ఓబులేసు.

**శుభం**

# డాగ్ మాస్

"నాన్న చెప్పినట్టు వినొచ్చుకదమ్మా.ఇదంతా అవసరమా చెప్పు".చేతికయిన గాయానికి ఫస్ట్ ఎయిడ్ చేస్తూ అన్నాడు డాక్టర్ దేవానందం.

"అదేమీ లేదులే అంకుల్. అనుకోకుండా జరిగిందది.ఇలాంటివి ఎన్నో చేశాం కదా. మీకు తెలుసుకదా. ..... స్ స్...." టిన్చెర్ గాయానికి బాగా అంటిందేమో ఒకింత బాధగా మూల్గింది హరిణి .. "అంకుల్! అతనికి రాబిస్ ఏమైనా ఉందా" గాయం బాధను మించి ఒకింత భయంతో చూసింది డాక్టర్ వైపు.

"చూడాలి" ఇంజక్షన్ ను రెడి చేసుకోవడంలో నిమగ్నమైఉన్నాడు డాక్టర్.

"ప్రస్తుతానికి నీ గాయానికి ఇన్ఫెక్షన్ కాకుండా ఓ ఇంజక్షన్ ఇస్తున్నా .. ఇక రేబిసా?!.. అతని టెస్ట్ రిజల్ట్స్ వస్తే కాని తెలీదు. పెద్దగా భయపడాల్సిందేమీలేదు. రాబిస్ ఉన్నమనిషి కరిస్తే ఇన్ఫెక్ట్ అయ్యే అవకాశం ఉన్నాకానీ... చాలా తక్కువ. నాకు తెలిసి ఇలాంటి కేసులు ఇప్పటిదాకా లేవు. వాడికైనా ట్రీట్మెంట్ ఇవ్వాలి కదా. చూద్దాం!"

మొదటిసారిగా ఆలోచనలో పడింది హరిణి. తను గత రెండేళ్లుగా ఆర్గనైజ్ చేస్తోంది ఈ యాక్టివిటీని. తన స్నేహితులతో కలసి ఇలా ఏ ఆధారం లేకుండా తిరిగేవాళ్ళను చేరదీసి, వాళ్ళ రూపురేఖలు మార్చి వాళ్ళకో క్రొత్త జీవితాన్ని ఇచ్చింది. తను చేరదీసిన వాళ్ళలో ఎక్కువమంది బాగా వయసుమీరిన వాళ్ళే. వాళ్ళలో తన చిన్నతనంలో ఇంటినుండి వెళ్ళిపోయిన తన తాతయ్యను వెతుక్కునేది, మళ్ళీ ఓ వైపు అతను తన తాతయ్యకాకుండా ఉంటే బాగుండుననిపించేది. ఆ స్థితిలో తన తాతయ్యను ఊహిస్తేనే కడుపులో ఏదో దేవినట్టుండేది. అయినా ఏదో ఆశ. వాళ్ళను శుభ్రపరచి కొత్తబట్టలు తొడిగి ఎంతో ఆశగా చూసేది. తన తాతయ్యరూపం ఆ వ్యక్తిలో కనబడకపోయేసరికి ప్రాణం ఉసూరుమనిపించేది. మనసులో దాచుకున్న మమకారం మరింత విలవిలలాడిపోయేది. ఎంత ఇష్టం తాతయ్యకు తానంటే. నాన్నకు తను మొదటి సంతానం కావడంతో మరింత మురిపెంగా పెరిగింది తాతయ్యభుజాలమీద. తను చేసే అల్లరి పనులకు అమ్మ వేసే దెబ్బలకు తాతయ్యే ఓ షీల్డ్. ఆడపిల్లను మగరాయుడిగా పెంచుతున్నావని తరచూ తిట్టిపోసేది అమ్మ తాతయ్యను. “ఇది మా అమ్మ, మళ్ళీ పుట్టిందంటూ” తెగముద్దు చేసేవాడు తాతయ్య. నానమ్మ బ్రతికున్నంతకాలం తనను తాతయ్యను ఏమీ అనలేకపోయేది అమ్మ. నానమ్మ చనిపోయిన తర్వాత బాగా

క్రుంగిపోయిన తాతయ్యమరీ అలుసైపోయాడు అమ్మకు. ఎందుకో ఏమో తెలీదు ఒకరోజు తను నిద్రలేచేసరికి తాతయ్యకనిపించలేదు. నాన్న, బాబాయి, బంధువులు, స్నేహితులందరూ కలసి వెతికారు రోజులతరబడి. ఎక్కడ ఏ అనాధ శవం కనిపించినా వెళ్లి చూసేవాళ్ళు. ఇంతవరకు అతని జాడ తెలీలేదు. కొంతకాలానికి వాళ్ళ ప్రయత్నాలు మానుకున్నారు. కానీ హరిణి ఇప్పటికీ వెతుకుతోంది ఓ ఆర్గనైజేషన్ ను స్థాపించి.

ఆ అన్వేషణలో ఈ రోజు ఇలా. అతను ఖచ్చితంగా తన తాతయ్యకాదు. ఎందుకంటే తాతయ్యఇలా ఎప్పుడూ తనను ఓ దెబ్బవేసి ఎరుగడు.కాలికి ఓ చిన్న గాయమైతేనే విలవిలలాడిపోయేవాడు.ఇలా కండ ఊడివచ్చేలా కొరకడు. గాయం సలుపుతున్న బాధలో తన తాతయ్యగుర్తొచ్చే సరికి అప్రయత్నంగా హరిణి కళ్ళలో నీళ్ళు తిరిగాయి.

“ఏమ్మా! నొప్పిగా ఉందా” హరిణి కళ్ళలో నీళ్ళు చూసి ఇంజక్షన్ ఇస్తున్న దేవానందం. “ఓ పెయిన్ కిల్లర్ ఇస్తా వేసుకో” అంటూ తన సీటువెనకాల ఉన్న అలమరలో మందులు అందుకోబోతూ అప్పుడే అక్కడికి వచ్చిన హరిణి బాబాయి శేషగిరిని చూసి పలకరింపుగా నవ్వాడు.

బాబాయికి ఎలా తెలుసు అన్నట్టుగా చూసింది హరిణి దేవానందం వైపు.

"నేనే చెప్పానమ్మా" హరిణి బాబాయిని కుర్చోమన్నట్టుగా సైగ చేస్తూ అన్నాడు దేవానందం.

"అంటే నాకు తెలీకూడదనా" సూటిగా చూశాడు హరిణి వైపు శేషగిరి.

"అది కాదు బాబాయ్"

"ఏదికాదు!. ఇన్నాళ్ళు నిన్ను వెనకేసుకొచ్చాను చూడు ... నన్ను నేను చెప్పుతో కొట్టుకోవాలి."

"అదేంది బాబాయ్ అలా అంటావ్"

"ఇంకేవిధంగా అనాలి. అన్నయ్యకు ఇష్టం లేకున్నా నువ్వు చేసే ప్రతీ పనిని సమర్ధించుకొచ్చాను. ఆ చేయి చూశావా??!. వాడు అసలు మనిషేనా???. సమాజసేవంట... సమాజసేవ .... అసలు మొదట్లోనే అన్నయ్యకు చెప్పి ఆపి ఉండాల్సింది." చిరాగ్గా మొహం పెట్టి కట్టు కట్టిన హరిణి చేతిని అదేపనిగా పరిశీలించసాగాడు శేషగిరి.

"అంటే .. బాబాయ్ ... నాన్నకు చెప్పేశావా" ఒకింత ఆందోళనగా చూసింది హరిణి.

"ఆహ్... చెప్పకుంటే నిన్ను ఆపడం కష్టం కదా" అలా శేషగిరి అన్నాడో లేదో ..డాక్టర్ దేవనందానికి ఫోన్ చేసినట్టున్నాడు హరిణి

తండ్రి చంద్రశేఖర్. మీ నాన్నే అన్నట్టుగా చూశాడు దేవానందం హరిణి వైపు ఫోన్ లో సమాధానమిస్తూ.

"అ చెప్పరా. ... పర్లేదు .. భయపడాల్సిందేమీ లేదు ...నేనున్నా కదరా ....... సరే ఇక్కడే ఉంది .... ఇస్తానుండు." అంటూ "మీ నాన్న .. నీ ఫోన్ స్విచుడాఫ్ వస్తోందట. మాట్లాడమంటున్నాడు" ఫోన్ హరిణి చేతిలో పెట్టాడు దేవానందం.

బిక్క చచ్చిపోయింది హరిణి. ఏం సమాధానం చెప్పాలో తెలీక ఫోన్లో తండ్రి తిట్లకు గుటకలు మ్రింగుతూ బదులివ్వడానికి ప్రయత్నిస్తూ విఫలమౌతూనేవుంది ప్రతీసారీ. మరింత కోపంతో ఊగిపోతూ చంద్రశేఖర్ మాటలు ఫోన్ బయటకు వినిపిస్తూఉంటే ఇక అక్కడే ఉండలేక ఫోన్ తీసుకుని బయటకు వెళ్ళిపోయింది.

"సార్! ప్రమాదమేమీలేదు కదా. అన్నయ్యేమో బిజినెస్ పన్లంటూ ఎప్పుడూ ఊళ్లు పట్టుకుతిరుగుతుంటాడు.. ఈ పిల్లలేమో నాచుట్టూ తిరుగుతూఉంటారు. వాళ్ళ నాన్నంటే భయం. నాదగ్గర చనువెక్కువ. దానికి తగ్గట్టు తల్లి లేని పిల్లలని మరింత గారాబం చేశానేమో మరీ నెత్తికెక్కి కూర్చున్నారు. ఏదైనా నో అంటే అలకలు. ఈ హరిణయితే ఇంకాస్త ఎక్కువ. మాఇంట్లో మొదటిబిడ్డ కదా. అదేమన్నా.... నో అన్లేను. అదో బలహీనత. దీనికేదైనా మందుందా డాక్టర్."

"ఉంది. పెళ్లి చేసెయ్యి" నవ్వుతూ అన్నాడు దేవానందం.

"ఇదెప్పుడో ట్రై చేశా .. ఇదిగో ఈ తొక్కలో సంఘుసేవని నన్నాపింది. ఇప్పుడీ తలనోప్పి తెచ్చిపెట్టింది. అన్నయ్యకేమి చెప్పాలో అర్థం కావడం లేదు. డాక్టర్! చేతిమీద మచ్చలేవీ పడవుకదా."

"మచ్చల సంగతి దేవుడెరుగు. ముందు రేబిస్ రాకుండా చూసుకోవాలి. కానీ వచ్చే అవకాశాలు తక్కువనుకో. ఎందుకైనా మంచిది అవసరాన్ని బట్టి ట్రీట్మెంట్ చేద్దాం."

"ఏం డాక్టర్.."

"వాడో రేబిస్ పేషెంట్ లా ఉన్నాడు. రా నువ్వే చూద్దువుగానీ" అంటూ ఇన్ పేషంట్ వార్డు వైపు దారితీశాడు దేవానందం.

***

మోకాళ్ళ పై పడుకుని అరచేతులు నేలకు ఆన్చి వాటిపై దుమ్ము పట్టిన తలను పెట్టుకుని పడుకుని ఉన్న అతని దగ్గరకు పోవాలనిపించి, అతని దగ్గర వస్తోన్న ధుర్గంధాన్ని భరించలేక వెంటనే కర్చీఫ్ తో ముక్కు మూసేసుకున్నాడు శేషగిరి. అతని ముఖం చూద్దామని కాసింత దగ్గరకు పోబోయి అతని చేతులను కట్టిన తాళ్ళను చూసి క్షణకాలం ఆగిపోయాడు.

అతన్ని మరింత పరిశీలనగా చూస్తూ "ఎవడ్సార్ వీడు. అచ్చు కుక్కలా పడుకున్నాడు".

"అదే .. హరిణి సంఘసేవ. మామూలుగా ఇంతకంటే దరిద్రంగా ఉన్న ఎంతోమందిని నాదగ్గరకు తీసుకొచ్చింది. కానీ వీడేమీటంటే ... కుక్కలా చొంగ కారుస్తూ .. నాలుక బయటకు పెట్టి ... ఆ చూపు.... పడుకోవడం, కుక్కలా అరవడం. అంతా కుక్కలాగే. రేబిస్ వ్యాధి ఉన్నవాళ్ళు ఇలాగే ఉంటారు కానీ మరీ ఇంత వైలెంట్ గా ఉండరు. రిపోర్ట్స్ కోసం శాంపిల్స్ పంపించా. ఇచ్చి చాలా సేపైంది..ఈ పాటికి వచ్చి వుండాలి." ఎందుకు ఆలస్యమైంది అన్నట్టుగా చూశాడు తన పక్కనే ఉన్న నర్స్ వైపు డాక్టర్ దేవానందం.

ఇప్పుడే కనుక్కొనివస్తా అన్నట్టుగా వడివడిగా అడుగులు వేసుకుంటూ ల్యాబ్ వైపు దారితీసింది నర్స్.

అతని ముఖం చూద్దామని ప్రక్కనే ఉన్న సెలైన్ బోటిల్ స్టాండ్ కు ఉన్న కమ్మీని తీసి అతని ముఖం మీద ఉన్న మట్టితో అట్టకట్టిన జుట్టును మెల్లగా తొలగించాడు శేషగిరి.. అతనిలో కొంచం కదలిక రావడంతో ఓ అడుగు వెనక్కు వేశాడు.

ఎర్రటి కళ్ళుతో శేషగిరినే చూస్తూ పైపెదవి పైకిలేపి తన ప్రక్క పళ్ళు కనబడేవిధంగా గుర్ర్ గుర్ అంటూ మొరుగుతూ తల పైకి

లేపాడతను. కుక్కలా చొంగ కారుస్తూ నాలుక బయటకు చాపి శ్వాసిస్తూ మళ్ళీ పడుకుండిపోయాడు..విస్తుపోయి చూడసాగాడు శేషగిరి.

అతన్ని ఇంతకుముందెపుడో చూసినట్లనిపించి కాసింత దూరంగా మెల్లగా కదులుతూ అతని తలవైపు తిరిగాడు. అతని కళ్ళు ముఖం మీద పడ్డ జుట్టులోనుండి తన చుట్టూ తిరుగుతున్న తననే చూస్తున్నాయన్న విషయాన్ని గమనించలేకపోయాడు శేషగిరి. పరిశీలనగా చూస్తున్న శేషగిరిపై అతను ఒక్కసారిగా లంఘిచాడు కుక్కలాగానే. శేషగిరి బెదిరిపోయి క్రిందకు పడబోయినవాడలా అడ్డొచ్చిన గోడను పట్టుకుని అలాగే నిలబడిపోయాడు. తాడుతో కట్టబట్టి సరిపోయింది అతన్ని. లేదంటే శేషగిరి ఒళ్ళంతా రక్తసిక్తమైపోయేది ఈపాటికి.

అరుస్తున్నాడతను.. కాదుకాదు .. మొరుగుతున్నాడు బిగ్గరగా .. హాస్పిటల్ అంతా ప్రతిధ్వనించేలా. పరుగుపరుగున వచ్చేశారు హాస్పిటల్ స్టాఫ్ అంతా అక్కడికి.

అప్పుడు చూశాడు శేషగిరి అతన్ని పరిశీలనగా. బాగా తెలిసిన వ్యక్తే. గుర్తుచేసుకోవడానికి ప్రయత్నిస్తున్నాడు శేషగిరి.

లీలగా గుర్తొస్తున్నాడతను.

మస్కిస్తం అతని జాడకోసం గుండెవేగంతో పోటీపడుతుంటే, అతన్ని చేయిపట్టితీసుకెళుతున్న వాళ్ళెవరో పట్టించుకోకుండా తిరిగితిరిగి అతన్నే చూస్తూ డాక్టర్ ఛాంబర్ వైపు అడుగులు వేశాడు శేషగిరి.

***

వేగం పెరిగిన శ్వాసను చల్లబరుస్తూ బోటిల్ లోని నీళ్ళు మెల్లగా గొంతులోనుండి కడుపులోకి దిగుతోంటే అతని రూపం జగద్గురు ఆదిశంకరునికి ఎదురైన నాలుగు కుక్కలను పట్టుకు తిరుగుతున్న చండాలుడిగా ఆవిష్కృతం అయ్యింది.

అతనే ... తను ఇంతకుముందు బాడుగకు ఉన్న ఇంటవెనకాల ఉన్న సోమశేఖర్ అలియాస్ సోము.

అతనో షాపింగ్ కాంప్లెక్స్ లో వాచ్ మాన్ గా ఉండేవాడు. ఆ కాంప్లెక్స్ లోనే ఉన్న తన ఎలక్ట్రానిక్ షాప్ కు అప్పుడపుడు టీలు, కాఫీలు లాంటివి తెస్తూ ఉండేవాడు. వచ్చే అరకొర జీతంతో అతను, అతనితో లేచిపోయి వచ్చిన ఆమె బ్రతకడమే కష్టం అనుకుంటే ..మరో నాలుగు కుక్కలను కుక్కల్లా కాకుండా పందుల్లా మేపేవాడు. వాటిని వాళ్ళతో పాటుగా ఇంట్లోనే కట్టేసుకునేవాడు. మూడు కొప్పులే కాదు నాలుగు కుక్కలు కూడా ఓచోట ఉండకూదదనిపించేది అవి చేసే గలబాకు. ఎప్పుడూ

ఇకదానినొకటి కరుచుకుంటూ అరుచుకుంటూ ఉండేవే. ఆ ఇంటి చుట్టుప్రక్కల వాళ్ళంతా ఒహటే కంప్లైంట్. అప్పుడపుడు ఎదో తెలిసినవాడని సర్దిచెప్పుటట్టి అక్కడ కొంతకాలం ఉండగలిగాడు, అదీ ఇంటి ఓనర్లు వేరేచోట ఉండటట్టి. ఎంతకాలమని చూస్తారు చుట్టుప్రక్కలవాళ్ళు ... ఇంటి ఓనర్ కు రిపోర్ట్ చేశారు. ఇంటిని కుక్కల విసర్జాలతో గబ్బుపట్టించిన సోమూను కొట్టినంత పనిచేసి ఆఘుమేఘాలమీద ఖాళీ చేయించేశారు. కాంప్లెక్ష్ లో కూడా కనిపించలే. వాచ్ మాన్ జాబ్ కూడా మానేసినట్టున్నాడు. ఆ తర్వాత మళ్ళీ అతన్ని ఓసారి వుడ్ కాంప్లెక్స్ దగ్గర చూడటమే. అదీ కుక్కలను పట్టుకు తిరుగుతోంటే. ఆ రోజు అతనే పలుకరించాడు.

అతని వాలకం చూసి "ఏం రా సోమూ! ఈ మధ్య కాంప్లెక్స్ కూడా రావడం లేదు. ఇప్పుడేమి చేస్తున్నావ్."

"ఉద్యోగం లోనుండి తీసేశారు సార్! ప్రస్తుతం పనేమీలేదు. ఎక్కడైనా వాచ్ మాన్ పనుంటే ఇప్పించండి సార్. మీకు పుణ్యముంటది" బ్రతిమిలాడుతున్నట్టుగా అన్నాడు సోము.

ఓ సారి ఎగాదిగా చూశాడు సోము వైపు, అతను పట్టుకొచ్చిన కుక్కలవైపు..

“అరె!! నీకే తిండికి దిక్కులేదే ... మరి ఈ కుక్కలు అవసరమా?!! అయినా ఎదో ఒక పని చేసుకోపోతే ఎలా.”

“ఏమో సార్. వీటిని వదలలేకున్నా.... వీటివల్లనే పెళ్ళాం కూడా వెళ్ళిపోయింది. అయినా ఈ కుక్కలతో ఉంటే బాడుగిల్లే ఇవ్వరు. ఇక పెళ్ళాం మాత్రం ఏముంటది”

“సరే ఇప్పుడెక్కడున్నావ్.”

“అదే రోడ్డుప్రక్కన గుడిసోకటి వేసుకొనిఉన్నా.”

“శుబ్రంగా పెళ్ళాంతో జనాలమద్య ఉండేవాడివి. నిన్నీ కుక్కలు ఊరిబయటకు లాక్కొచ్చినాకానీ బుద్ధిరాలేదా నీకు”

“ఏమో సార్ వీటిని వదల్లేకున్నా. వీటికి నాకు ఏజన్మలో ఋణమో..నావల్ల కావట్లేదు సార్”

“అబ్బా అంత అనుభంధమా .. ఏమిటో అది” కాస్త వెటకారంగా అన్నాడు శేషగిరి

“అలా అనకండి సార్. వీటితో అనుభంధం ఇప్పటిది కాదుసార్. నేను బ్యాంకు మేనేజర్ కు డ్రైవర్ గా పనిచేస్తున్నపుడు వీటి అమ్మ నా కారుకు షడన్ గా ఎదురొచ్చి కారుక్రింద పడి చచ్చింది. ఇలాంటి వన్నీ డ్రైవింగ్ ఫీల్డ్ లో మామూలే. కానీ ఆరోజు నేను మా మేనేజర్ని రైల్వే స్టేషన్ లో డ్రాప్ చేసి తిరిగివస్తోంటే ఈ

కుక్క చనిపోయిన చోటే ఈ పిల్లలన్నీ రోడ్డు మీద ఉన్న తల్లి రక్తపుమరకు వాసన చూస్తూ, కుయ్ కుయ్ మంటూ తిరిగడం చూశాను సార్. చాల బాధనిపించింది. అదిగో అప్పుడు తీసుకొచ్చాను వీటిని.ఇవి ఇప్పుడిలా ఉన్నాయికానీ చిన్నప్పుడు చాలా ముద్దుగా ఉండేవి.వీటిని ఇంటికి తీసుకెళ్ళి పెంచుకున్నా. రోజు రాత్రి ఇంటికి తిరిగి వచ్చినపుడు ఇవి నా కాళ్ళ చుట్టూ తిరుగుతూ, తోకలూపుకుంటూ నాకుతూ ఉంటే ఎవరూ లేని నాకోసం ఎదురుచూసేవాళ్ళుకూడా ఉన్నారన్న తృప్తి ఉండేది సార్.. రోజు రాత్రి మందుకొట్టే అలవాటున్న నేను, వీటి ఆలనలో మందనేదొకటి ఉందనే విషయాన్నే మర్చిపోయాను సార్. అందుకే సార్ వీటిని వదలలేదు నేను."

"ఎంతవరకు చదువుకున్నావ్".

"మా అమ్మ బ్రతికున్నంత కాలం..... ఏదో ఎయిత్ క్లాస్ వరకు..."

అప్పుడేదో జేబులో ఉన్న చిల్లర ఇచ్చి అక్కడినుండి వచ్చేశాడు.ఆ తర్వాత ఎప్పుడూ కంటికి కనిపించలేదు. ఇప్పుడు ఇతని వాలకం చూస్తోంటే, ఆ కుక్కలే కరిచినట్టున్నై. దరిద్రుడు ఇప్పుడు జనాల్ని కరుస్తున్నాడు.

"బాబాయ్! బాబాయ్!!" అని లోగొంతుకతో గట్టిగా హరిణి శేషగిరిని కుదిపేదాకా ఈ లోకంలోకి రాలేదు శేషగిరి.

"బాబాయ్. ఇక నావల్లకాదు బాబాయ్ .. నాన్నతో నువ్వే మాట్లాడు." అంటూ బలవంతంగా సెల్ ఫోన్ ను చేతిలో పెట్టింది హరిణి.

హరిణి పరిస్థితి చూసి జాలేసింది. ఫోన్ తీసుకుని "అన్నయ్యా. ఇక ఆపు. హాస్పిటల్లో ఉన్నాం.. దెబ్బతగిలి అదేడుస్తోంటే, ఒదార్చాల్సిందిపోయి ఇలా తిడుతావేంటి." విసుగ్గా అన్నాడు శేషగిరి.

ఇక తిట్లు శేషగిరి వైపు మళ్ళాయి. "ఇక చాలు ఆపు. ఇంటికెళ్ళిన తర్వాత తీరిగ్గా తిడుదువుగాని" అంటూ డాక్టర్ ఛాంబర్ లోకి రావడం గమనించి కాల్ కట్ చేశాడు శేషగిరి.

శేషగిరి పరిస్థితి గమనించి "ఏం ఇంకా వదల్లేదా మావాడు" అంటూ నవ్వుతూ కూర్చున్నాడు.

"నిజంగా వాడికి రేబిస్ ఉండిఉంటది సార్. ట్రీట్ మెంట్ ఇవ్వండి" అన్నాడు శేషగిరి.

"రిపోర్ట్స్ రానీ" అని డాక్టర్ అంటుండగానే రిపోర్ట్స్ తో వచ్చింది నర్స్ ల్యాబ్ అసిస్టెంట్ ను వెంటపెట్టుకుని.

రిపోర్ట్స్ చేతికి తీసుకుని తరచి తరచి చూస్తున్నాడు దేవానందం.

"కరక్టేనా! ఒకటికి రెండుసార్లు చెక్ చేశారు కదా" స్టాఫ్ వైపు అనుమానంగా చూశాడు దేవానందం

"దీనికెందుకింత లేటయ్యింది .. రిపోర్ట్స్ ఇంకో ల్యాబ్ నుండి కూడా తెప్పించండి. కన్ఫర్మేషన్ కోసం." దేవానందం అంటుండగానే

"సార్. మాకు అనుమానం వచ్చి ఒకటికి రెండుసార్లు శాంపిల్స్ తీసి మనల్యాబ్ లోనే టెస్ట్ చేశాం .. కోరిలేషన్ కోసం వేరే ల్యాబ్ కు కూడా పంపించాం. మీరు చూస్తున్నది ఆ రిపోర్ట్సే.. అందుకే లేటైయింది సార్. రిజల్ట్స్ మన ల్యాబ్ తో మ్యాచ్ అయ్యాయి." సంజాయిషీగా చెప్పుకొచ్చాడు ల్యాబ్ అసిస్టంట్.

రిపోర్ట్స్ లో ఏముందో తెలీక ఆదుర్దాగా చూస్తున్న శేషగిరితో

"అంతా ఓకే శేషు. వాడికి రేబిస్ లేదు." నవ్వుతూ చెప్పాడు దేవానందం.

నమ్మలేక పోతున్నారు శేషగిరి, హరిణిలు.

వాళ్ళ వాలకం చూసి " నాకూ నమ్మకాల్లేవ్ .. కానీ రిపోర్ట్స్ చూసిన తర్వాత నమ్మక తప్పడం లేదు..

అతనికేదో మెంటల్ డిసార్డర్ లా ఉంది". అంటూ వేరే పేషెంట్ చూడ్డానికి వెళ్ళిపోయాడు దేవానందం.

ఒకరి ముఖాలు ఒకరు చూసుకుని నవ్వుకుంటూ హాయిగా ఊపిరిపీల్చుకుని అక్కడినుండి కదిలారు హరిణి శేషగిరిలు.

***

డాక్టర్ ఇచ్చిన టాబ్లెట్స్ వేసుకుని కట్టుకట్టిన చేతిని జాగ్రత్తగా ఓవైపు పెట్టుకుంటూ, చేతిని కరచిన అతనిగురించి ఆలోచిస్తూ పడుకుంది హరిణి తలుపు లాక్ చేయడంకూడా మరిచిపోయి.

అతనికో యాభై ఏళ్ళు ఉంటాయేమో. బక్క పలచటి శరీరం, ఒళ్ళంతా దోక్కుపోయి చెక్కులు కట్టిన గాయాలు. అవి మట్టి మరకలో లేక నిజంగా గాయాలో తెలీడం లేదు. అతని వాలకం, కూర్చునేతీరు, చూసే చూపు, శరీర కదలికలు అన్నీ మనిషి వేషం వేసుకున్న కుక్కలా ఉంది.

రేబిస్ వ్యాధి లేదన్నారు డాక్టర్. అయినా అతను అలా ప్రవర్తిసున్నాడేంటి..... అనుకుంటూ రేబిస్ వ్యాధి లక్షణాలు ఎలా ఉంటాయో చూద్దామని గూగుల్లో వెదకసాగింది. నరాలమీద పనిచేసే వైరస్ గాయం నుండి రక్తం ద్వారా మెదడుకు చేరి. హైడ్రోఫోబియాకు దారి తీస్తుంది. నీళ్ళను చూసినప్పుడు వచ్చే భయంతో కనిపించే చేష్టలకు కుక్క చేష్టలను అన్వయించుకోవడం

వల్లనో, లేక పిచ్చికుక్క కరిచిందని దానిలాగా మారిపోతామేమో అనే భ్రమలో కుక్కలా ప్రవర్తించడం వల్లనో ఏమో కుక్క కరచిన వ్యక్తి అలా ప్రవర్తించడం జరుగుతుంది. కానీ ఇతడి ప్రవర్తన అలా లేదు. ఎదో ఇంగ్లీషు సిన్మాలో చూపినట్టు జాంబీగా మారిన వ్యక్తిలా ఉంది. నిజంగా అదే అయితే .. అమ్మో!. ఆ ఆలోచనకే ఒళ్ళంతా ఓసారి గగుర్పొడిచింది. అలా అయితే అతని ట్రీట్మెంట్ సంగతేమోగాని తన సంగతేంటి అనుకుంటూ సెల్ ఫోన్ ప్రక్కకు గిరాటేసి కళ్ళు మూసుకుని నిద్రకు ఉపక్రమించింది. నిద్ర పట్టడం లేదు. అతని ఆలోచనలే మనసునిండా ముసురుకుంటూఉంటే, చెదరగొట్టడానికి గదిలో తిరుగుతున్న సీలింగ్ ఫ్యాన్ శబ్దం సరిపోవడంలేదు. అతని వికృతమైన రూపమే కళ్ళకు మరీమరీ కనబడుతోంది. ఫ్యాను వేగంతోపాటుగా మెల్లగా ఆ వికృతరూపం ఆమెకు మరింత దగ్గరవుతున్నట్టు అనిపించసాగింది. కళ్ళు తెరవడానికి భయపడుతూ మరింత గట్టిగా కళ్ళు మూసుకుంది హరిణి.

ఫ్యాను గాలి వేగం తన వెచ్చని శ్వాసతో కలసి తన భుజాలను తాకుతున్నట్లుంది. తన దగ్గరకు ఎదో వస్తున్నదన్న భయంతో అంతటి ఫ్యాను గాలిలోనూ ఆమెకు ఒళ్ళంతా చెమటలు పట్టసాగాయ్. శరీరమంతా అశక్తమవుతోంటే గుండెవేగం శ్వాసతో

పోటీపడుతున్నట్టు లేని బలాన్ని తెచ్చుకుని ఒక్క ఉదుటున పైకి లేచి ఒక్కసారిగా కళ్ళు తెరిచిచూసింది.

చీకటి ... కటిక చీకటి ... కన్నుపొడుచుకున్నా కానరానంత చీకటి, తన కళ్ళముందు ఏముందో తెలీక కలవరపడుతోంటే దూరంగా తన గదిలోనే అటక మీద తనవైపే చూస్తున్న జ్యోతుల్లాంటి ఓ రెండు కళ్లను చూసి ఆమె వెన్నులో వణుకు మెల్లగా మొదలైంది. ఇపుడా కళ్ళను, దాని చుట్టూ ఉన్న ఆకారంను ఊహించగలుగుతోంది. అదే తను ఈ రోజు హాస్పిటల్ లో చేర్చిన డాగ్ మాన్ ... సోము. గాలికి ఊగుతున్న తలుపు చప్పుడికి చేష్టలుడిగి చూస్తూ అలాగే ఉండిపోయింది హరిణి.

అట్టలు కట్టిన జుట్టును విదల్చుకుంటూ అతను తనవైపే లంఘించడానికి సిద్ధమౌతున్నట్లుంటే, అప్రయత్నంగా ఓ అడుగు వెనక్కు వేసింది హరిణి. అదే అదునుగా ఉన్నట్టుండి ఆమె వైపు దూకిందది. బిత్తరపోయి ఒక్కసారిగా భయంతో కేకలు పెట్టసాగింది. అతన్ని దూరంగా నెట్టివేయడానికి తన శక్తినంతా ప్రయోగిస్తోంది. తనెంత గట్టిగా ప్రయత్నించే కొద్దీ అంత గట్టిగా తన చేతుల్ని తనపై చుట్టేస్తోందది. భయంతో బిగుసుకుపోయిన హరిణి కళ్ళు చల్లని నీళ్ళతో ఒక్కసారిగా విప్పారాయ్..

ఇపుడు ఇందాకటి చీకటి లేదు. క్రూరంగా చూసే ఆ కళ్ళు లేవు .. తన ఎదుట ఆదుర్దాగా చూస్తున్న తన బాబాయి తప్ప.

పిన్ని చేతులు తన వీపు నిమురుతోంటే ఎగసిపడుతున్న శ్వాస ఒక్కసారిగా స్వాంతన స్థితికి చేరుకొంది. నోటికి అందించిన గ్లాసులో నీళ్ళను ఒక్క సారిగా గటగటా త్రాగి ఓ దీర్ఘశ్వాస తీసుకుంది హరిణి. ఆదుర్దాగా చూస్తున్న బాబాయిని చూసేసరికి అప్పటిదాకా హరిణి అనుభవించిన భయం ఇపుడు కన్నీళ్ళ రూపంలో ఒక్కసారిగా వెల్లుబుకింది, అమాంతంగా శేషగిరిని పట్టుకుని ఎక్కిళ్ళుపెడుతూ ఏడుపు ఎగసిపడసాగింది.

“ఊరుకోరా!.. ఊరుకో.. ఏమైంది..” ఆనయంగా అడిగాడు శేషగిరి.

తెరచిన గది తలుపు వైపే భయంగా చూస్తూ. “వాడే బాబాయ్ .. వాడె..”

ఎవరన్నట్టుగా చూశాడు శేషగిరి తలుపువైపు

“వాడే..అ కుక్కమనిషి ...ఎలా తలుపు తీసుకుని వచ్చాడో .. వచ్చి .. అదుగో ఆ అటక మీద కూర్చొని.. అమాంతంగా నామీదకు దూకేశాడు బాబాయ్ .. మిమ్మల్ని చూసి వెళ్లిపోయినట్లున్నాడు”. అంటూ కన్నీళ్లు తుడుచుకోసాగింది హరిణి.

"వాడు తలుపు తీసుకుని రావడం ఏంటమ్మా .. అసలు తలుపు తీసేఉంది... వాణ్ని హాస్పిటల్ లోనే కట్టేసిఉంచాం కదా. ఏదో పీడకల అయిఉంటుంది ... ప్రశాంతంగా పడుకో.."

"లేదు బాబాయ్ .. వాడు మళ్ళీ వస్తాడు..."

"వచ్చి వాడేమి చేస్తాడు ...ఉ. నువ్వు వాడికి మంచే చేస్తున్నావు కదా"

"కానీ వాడు జాంబీనెమో.." తడికళ్ళు విప్పార్చి కలవరంగా అడిగింది హరిణి.

ఒక్క సారిగా నవ్వేశారు పిన్ని బాబాయ్ లు ఇద్దరూ.

అలా నవ్వుతూనే "నీ మొహం! .. పిచ్చిపిల్ల ... ఎక్కడైనా జాంబీలను సినిమాల్లో తప్ప బయటప్రపంచంలో ఎక్కడైనా చూశావా??!! అదేదో చీమలకు పట్టిన ఫంగస్ చీమలను తనకంట్రోల్లోకి తీసుకుని పెరగడం ఎక్కడో చదివాను. అంతేగానీ. ఈ జాంబీలు గీంబీలు అన్నీ వట్టి ట్రాష్....ఇంకేం ఆలోచనలు లేకుండా పడుకో.."

"కానీ బాబాయ్! వాడికి రేబిస్ కూడా లేదుకదా."

"అయితే??... అసలు వాడిగురించి నీకేం తెలుసు??...నాకు తెలుసు!." అంటూ వెళ్ళబోతున్న శేషగిరిని పట్టుకుని ఆపింది హరిణి "నీకెలా తెలుసు" అంటూ ఆశ్చర్యంగా చూస్తూ..

ఇక వివరం చెబితేగాని హరిణి భయం పోదన్నట్టుగా మంచం దగ్గరకు కుర్చీని లాక్కుని కూర్చున్నాడు శేషగిరి.

"నాకు బాగా తెలుసు. వాడి గురించి తెలిస్తే నువ్వింతగా భయపడవ్. వాడు మా కాంప్లెక్స్ లో వాచ్ మేన్. దాదాపు పన్నెండేళ్ళ క్రితం మేము జ్యోతినగర్ లో బాడుగకు ఉంటున్నపుడు మా ఇంటివెనకాల ఉండేవాడు. వాడి ఇంటినిండా కుక్కలే. ఎన్నున్నాయో తెలీదుగానీ .. ఎప్పుడూ ఒహటే రచ్చ వాటి అరుపులతోటి ..కొట్లాటలతోటి...చుట్టుప్రక్కలవాళ్ళందరు కంప్లైంట్ చేస్తోంటే నేనే చాలా సార్లు ఆపాను. ఎందుకంటే వాడి కొచ్చే జీతానికి అంత చీప్ గా ఎక్కడా కూడా ఇల్లుదోరకదు. అయినా వాడు ఆ కుక్కల్ని పందుల్ని మేపినట్టుమేపేవాడు... వాడి బ్రతుక్కి ... వాడి జీతానికి ఆ కుక్కలే ఎక్కువనుకుంటే .. ఒకామెను లేపుకోచ్చేశాడు....."

ఆసక్తిగా వింటోంది హరిణి.

"..... ఇదే విషయం ఆరోజు ఉండబట్టలేక అడిగేశా.. వాడు చెప్పిన విషయం విని వాడు ఆ కుక్కల్ని పెంచుకుంటున్న తీరు కరక్టే అనిపించింది... ...".చెప్పుకుపోతున్నాడు శేషగిరి.

సోము గురించి వింటున్నకొద్దీ హరిణి మనసు ఆర్ద్రమవసాగింది. మునుపటి కలలో సోము పట్ల ఉన్న

భయమంతా ఇపుడు జాలిగా మారసాగింది ..కానీ సోము అలా ప్రవర్తించడం చాలా విచిత్రంగా అనిపించసాగింది. కానీ ఏదో కారణం ఉండిఉండాలి.. బాబాయ్ చెప్పేదాంట్లో ఎటువంటి కారణమూ కనిపించడం లేదు. అది తెలిస్తేగానీ అతన్ని బాగుచేయడం వీలుపడదు. రేపు ఎలాగైనా అక్కడికి వెళ్లి తెలుసుకోవాలి. గట్టిగా నిర్ణయించుకుంది హరిణి. ఇపుడు బాబాయ్ చెబుతున్నదంతా ఓ కధలా అనిపించసాగింది... ఎప్పటి లాగే తన బాబాయ్ చెబుతున్న కధని ఆలకిస్తూ మెల్లగా నిద్రలోకి జారుకుంది హరిణి.

***

"దోరసానమ్మ అంగడంటే ఇదేనా బాబు.." అన్న హరిణి పిలుపుతో, బంకుముందు వచ్చిన కస్టమర్లతో బిజీగా ఉన్న దోరసానమ్మ కొడుకు అవునన్నట్టుగా తలూపాడు.

"దొరసానమ్మ ఉందా బాబు"

"అమ్మ ఇంటిదగ్గరకెళ్ళిందక్కా.. చట్నీ అయిపోతే తేవడానికి" అంటూ సెల్ ఫోన్ తీసుకుని "మా! త్వరగా రా పనికి టైమౌతోంది" చిరాగ్గా అన్నాడు ఓ కస్టమర్ దగ్గర టిఫిన్ తాలూకు డబ్బులు తీసుకుంటూ.

"కూర్చోక్కా!" అంటూ బంకు ప్రక్కన నున్న ఓ బల్లను చూపించాడు.

హరిణి స్కూటీని పార్క్ చేసి బల్ల వైపు వస్తుండగా ఫోన్ రింగైయ్యే సరికి బల్ల మీద కూర్చుని చూసింది. అది డాక్టర్ దయానంద ఫోన్

"ఏమ్మా! హరిణి .. ఎలా ఉన్నావ్ .. నొప్పేమైనా తగ్గిందా.." అంటూ అడగసాగాడు డాక్టర్ దాయానంద.

తనకు బాగానే ఉంది అంటూనే. సోము గురించి అడిగింది హరిణి

"ఏం చెప్పమంటావ్. మెడకు పట్టీ వేసి కుక్కను తీసుకెళ్ళినట్టు తీసుకెళ్ళాల్సి వస్తోంది. చివరికి బాత్ రూమ్ కి కూడా .. తిండి కూడా అతని చేతికిస్తే తినడం లేదు .. కుక్కకు పెట్టినట్టు పెడితే గతుకుతూ నోటితోనే తింటున్నాడు. అతనికసలు ఓ రెండు చేతులున్నాయన్న సంగతే మర్చిపోయినట్టున్నాడు. అతన్ని శుభ్రం చేద్దామా అంటే అందరిపై గుర్రుగా అరుస్తున్నాడు ..అతని సంగతి త్వరగా తేల్చమ్మా .. ఇక్కడ ఉంచడం కొంచెం కష్టంగా ఉంది..". కాసింత ఇబ్బందిగా అన్నాడు దయానంద.

"లేదంకుల్ .. ఆపనిమీదే ఉన్నా .. రెపే ఎదో ఓక ఆశ్రమంలో చేరుస్తా. సాయంత్రం అక్కడకు వస్తానంకుల్ ... ఎదో ఒకటి డిసైడ్ చేద్దాం" అంటూ ఫోన్ పెట్టేసింది హరిణి.

ఇంతకుముందు ఎంతో మంది పిచ్చివాళ్ళను తీసుకెళ్ళింది హాస్పిటల్ కు కానీ ఇంతగా ఎప్పుడూ తొందర పెట్టలేదు దయానంద అంకుల్ .. మరి సోము విషయంలో ఎందుకిలా ... ఆలోచిస్తూ ఉండగా అటువైపు వస్తూ కనిపించింది ఓ అరవైఎండ్ల పెద్దావిడ. తన నడుం మీద ఓ టిఫిన్ పెట్టుకుని అటువైపే వడివడిగా నడుస్తూ. వచ్చీ రాగానే

"ఏం రా ఆ తొందర... అంగడి దగ్గరకు రావడానికే ఏడుస్తావ్ ... కాసేపుంటే అక్కడి పనేమైనా పాసిపోద్దా...ఏదన్నా బండి రిపేరుకి వస్తేనే కదా పని.." అని అంటూ అంగడిలోకి అలా వెళ్లిందో లేదో, ఇవేమీ పట్టించుకోకుండా ఒక్క ఉదుటున బయటకు నడిచాడు దొరసానమ్మ కొడుకు. టీవీఎస్ మోపెడ్ ను స్టార్ట్ చేస్తూ ... "మా! మీకోసం ఎవరో వచ్చారు" హరిణివైపు చూపిస్తూ వెనుదిరిగి చూడకుండా అక్కడనుండి వెళ్ళిపోయాడు.

ఏంకావాలన్నట్టుగా చూసింది దొరసానమ్మ హరిణి వైపు

"అమ్మా.. మీరు ఇంతకుముందు జ్యోతి నగర్ లో ఉండేవాళ్ళు కదా. మా బాబాయి శేషగిరి వాళ్ళ ఇంటివెనుకాల."

"అవునూ!! ... ఇంతకీ మీరెవరమ్మా.. ఇంతకుముందు ఎపుడూ చూడలేదే"

"ఓ అదా ...మేము విజయవాడలో ఉండేవాళ్ళం ..ఇపుడు మా బాబాయితోనే ఉంటున్నాం."

"ఎక్కడ?!! ఆ బి వి నగర్లోనా ..అపుడపుడు కనిపిస్తూ ఉంటాడు మీ బాబాయ్. అందరూ బాగున్నారమ్మా" అంటూ కుశలమడిగింది దొరసానమ్మ తన పని తానూ చేసుకుంటూ

"టిఫిన్ చేయమ్మా.."

వద్దన్నట్టుగా తలూపింది హరిణి

"రెండు వడలు పెడుతా.."

"ఆ... ఆహ వద్దాంటి. నేను తినేసే వచ్చా"

"సరేమ్మా ... ఏ పనిమీదోచ్చావ్"

ఇంతలో కష్టమర్లు రావడంతో వాళ్ళ సంభాషణకు కాసింత బ్రేక్ పడింది. ఓ వైపు వాళ్ళకు సర్వీసు చేస్తూనే

"ఏం లేదమ్మా .. ఇంతకుముందు ఇంటిదగ్గరే అంగడి పెట్టుకునేదాన్ని ... బాగానే జరిగేది .. ఆ వీధిలోనే నాలుగైదు అంగళ్లు పడ్డాయ్.. ఇక తప్పదన్నట్టు ఈ ఉడ్ కాంప్లెక్స్ లో పెట్టుకున్నా. ఇంటికాడ్నే అన్నీ చేసుకొచ్చి ఇక్కడ పెట్టుకుంటా. ఒక్క దోసెతప్ప. కొడుకేమో టీవీఎస్ షోరూమ్ లో మెకానిక్ గా

పనికుదిరింది .. కాసేపు చేతికి సాయంగా ఉండరా అంటే .. ఇదీ వాడి వరుస" మళ్ళీ ఓ కస్టమర్ రావడంతో అటు వైపు వెళ్ళింది.

ఇక వీలుపడదన్నట్టు "ఆంటీ .. బాగా బిజీగా ఉన్నట్టున్నారు మీరు ఇంటిదగ్గర ఉన్నపుడు చెబితే వస్తా.. ఎపుడు రమ్మంటారూ" అంది అసహనంగా హరిణి.

"ఇంతకూ పనేఁటమ్మా." పని చేసుకుంటూనే అడిగింది దొరసానమ్మ.

"నీతో కొంచం తీరిగ్గా మాట్లాడాలి.. ఇంటికొస్తాలే .. ఎన్నింటికి రమ్మంటారు?"

దొరసానమ్మమధ్యాహ్నం ఇంటిదగ్గరే ఉంటాననేసరికి వెనుదిరిగి హాస్పిటల్ వైపు దారితీసింది హరిణి.

***

జ్యోతినగర్ లో దొరసానమ్మఉన్న ఇల్లు ఇబ్బంది పడకుండానే కనుక్కోగలిగింది హరిణి. ఎందుకంటే టిఫిన్ సెంటర్ దొరసానమ్మ అంటే అంత ఫేమస్ మరి.

ఇంటిదగ్గరకు వెళ్ళగానే సాదరంగా ఆహ్వానించింది దొరసానమ్మ సాయంత్రం టిఫిన్ కు సిద్ధం చేసుకుంటూనే..

"ఏమ్మా. ఏం పేరు నీపేరు" అంది హరిణికి గ్లాసులో మంచినీళ్ళు అందిస్తూ

"హరిణి అంటీ"

"ఏం చేస్తుంటావమ్మా"

తను చేసిన పనిని చెబుతూ సోము గురించి తనకు తెలిసింది చెప్పుకుపోయింది హరిణి.

"అవునమ్మా .. నిజంగా కుక్కలోడే సోము. నేనూ ఎన్నోసార్లు చెప్పా .. విన్లే.. వీటిని చూసుకోవడానికి ఓకామెను లేపుకొచ్చాడు. దిక్కూమొక్కు లేదోమో పాపం ఆ మనిషి ఈ కుక్కలతో సర్దుకుపోయి ఇంట్లోనే పడుండేది. ఓసారి ఆమె ఎదో పనిమీద అలా బయటకు వెళ్లేసరికి కట్టేసిన కుక్క ఒకటి ఏటో వెళ్ళిపోయింది. ఆరోజు రాత్రి పెళ్ళాన్ని చితక బాదాడు సోము. నేను బోయి అడ్డం తీయకుంటే చచ్చూరుకునుండేది. "వీడే ఒక కాపలావోడు. వీడిబ్రతుక్కొకటి ఈ కుక్కల కాపలా ... వీటికి నేనా కాపలా??.. అని సోమును బండ భూతులు తిడుతూ అదే వెళ్ళడం. ఇంతవరకు తిరిగి మళ్ళీ చూడలా ఆమె .. ఆమె పోయిన తర్వాత వాడికి ఈ కుక్కలను చూసుకోవడమే సరిపోయా... ఇంకేంది డ్యూటీ చేసేది .. చూసి చూసి వాళ్ళు కూడా వాచ్ మాన్ ఉద్యోగంలోనుండి తీసేశారు. దాంతో ఇంటి రెంటు కట్టకపోయా ...

అప్పటిదాకా ఇంటి చుట్టుప్రక్కలొళ్లు ఎన్ని చెప్పినా వినని ఇంటిఓనరు, వీడు బాడుగ కట్టకపోయేసరికి, ఇల్లు ఖాళీ చేయమన్నారు. వీడు రెండు మూడు నెలలు కట్టకపోయేసరికి ఇక లాభం లేదని స్వయంగా రంగంలోకి దిగింది ఇంటి ఓనరు. ఈ కుక్కలు చేసిన గబ్బుకి రావడం రావడం ఇంట్లోని సామానులన్నీ తీసి వీధిలో పడేసింది. సోమును తిట్టుకుంటూ ఇంటికి తాళం వేసుకు పోయింది. అంతే వీధిన పడ్డాడు వీడు."

"ఆ తర్వాత ఎక్కడికెళ్ళాడు" ఆసక్తిగా అడిగింది హరిణి

"ఎక్కడికి పోతాడూ... ఆ వుడ్ కాంప్లెక్స్ లోనే ఓ రోడ్డుమీద ఓ రెండు ప్లేక్షీలు తెచ్చుకుని గుడిసేసుకున్నాడు. నాకు ఆ బంకు చూసి పెట్టింది కూడా వాడే .. ఆ ఉడ్ కాంప్లెక్స్ లో ఎదో ఒక పనిచేసుకుంటూ వాడి బ్రతుకేదో వాడు బ్రతుకుతుండేవాడు. ఎదో పాపంలేనని. నేను కూడా వాడికి టిఫిన్ పెట్టేదాన్ని ... మొదట్లో అంగడి దగ్గర తినే వాడుకాదు.. ఇంటికి తెసుకెళ్ళి కుక్కలకు పెట్టేవాడు. నువ్వు తినేపనైతేనే పెడతా లేకపోతేలేదు అనే సరికి... ఇటు రావడం మానేశాడు.. ఆ తర్వాత చాలా రోజులకు ఓసారి అంగడి దగ్గరకు వచ్చాడు కుక్కలను వెతుక్కుంటూ. అవి కనపడకపోయేసరికి. "ఈ రోజు మద్యాహ్నం మున్సిపాలిటీ వాళ్ళ కుక్కల బండి వచ్చి నట్టుందే ... ఒకటేమని కుక్కలు అరుస్తున్నేయిరా సోము .. వాళ్ళేమైనా పట్టుకు పోయారేమోరా"

అన్నా .. అంతే... ఆదుర్దాగా పరుగుపరుగున వెళ్ళిపోయాడు .. ఎక్కడికిరా అంటే .. ... మున్సిపల్ ఆఫీసుకి అంటూ ఒహటే లగూ... మళ్ళీ ఓ రెండు రోజుల తర్వాత కనపడ్డాడు దిగాలు మొహమేసుకుని.. ఏందిరా అంటే .. మున్సిపాలిటీ వాళ్ళు కుక్కలను చంపేశారంటూ కన్నీరుమున్నీరయ్యాడు. టిఫిన్ పెట్టినా తిన్లే... ఇహ వాడి బాధ చూడలేక మందుకి డబ్బులిచ్చా .. అది మొదలు రోజూ వచ్చేవాడు అంగడి దగ్గరకు. వచ్చి కూర్చుంటాడా ... ఇక ఒహటే కుక్కల గోల. ఎప్పుడూ వాటి గురించే .. వాటినెట్టా దగ్గరకు తీశాడు .. వాటిని ఎట్లా పెంచాడు... అవి ఏమేం చేసాయీ.. చెబుతూ బాధపడేవాడు. అవి ఎట్టా ఉండేవి .... ఎట్టా తినేవి ... ఎట్టా నడిచేవి .. ఇవన్నీ యాక్సన్ చేసి చూపెట్టేవాడు. నేను ఏద్దైనా పెట్టినా .. “చూడు... దొర్సానక్కా .. చూడు” అంటూ కుక్కలాగా తినడం చూపించేవాడు. చివరకు వాడి యాక్సన్ ఎంతవరకు పోయిందంటే .. ఏద్దైనా ఇవ్వబోతే కుక్కకు వేసినట్టు వేయమనేవాడు .. అచ్చు అట్టానే అందుకునేవాడు... వాడి చేష్టలు మొదట్లో కొంచెం నవ్వు తెప్పించినా ... ఉండగా ఉండగా వాడి వాలకం చూసి మాకు విసుగెత్తేది. దానికి తగ్గట్టు రోజురోజుకి వాడి యాక్సన్ ఎలా అయిందంటే ... అంగడికి వచ్చేటపుడు కూడా కుక్కలాగా నడిచి వచ్చేవాడు .. ఓ రోజు విసుగెత్తి తిట్టి

కొట్టబోయా.. అంతేనమ్మో ... కుక్కలాగా కుయ్ కుయ్ అంటూ వెళ్ళిపోయాడు..” ఎంతో విచ్చిత్రంగా చెప్పసాగింది దొరసానమ్మ.

“ఆ రోజునుండి వాడు కుక్కలా తిరుగుతుండే వాడు ... ఎప్పుడూ కుక్కలమ్మట తిరుగుతూ ఉండేవాడు కుక్కలాగా .. ఒక్కోసారి వాడిని కరిచేవి .. వీడూ వాటిని కరిచేవాడు కుక్కలాగా. అప్పటినుండి ఈ ఏరియా కుక్కలకు సోము అంటే హడల్ .. వీడు మాత్రం వాటి వెంటే తిరిగేవాడు .. వీడి బాధ చూడలేక ఏదైనా పెట్టబోతే... కుక్కలా కింద పడేస్తే తినేవాడే కాని .... మనిషిలా ఉండేవాడు కాదు .. తను మనిషన్న సంగతే మర్చిపోయాడు వాడు .. కుక్కైపోయాడు చివరకు.” అంటూ ఇప్పుడే వస్తానంటూ లోపలి వెళ్ళింది దొరసానమ్మ.

కోతి మనిషిలా పరివర్తనం చెందటం డార్విన్ ఏవిధంగా చెప్పాడో ... ఓ మనిషి కుక్కలా మారడం అలానే చెప్పింది దొరసానమ్మ ... ఎంతో జాలి వేసింది సోము కుక్కగా మారిన వైనం విని.

కోతి మనుగడ కోసం పోరాటంలో మనిషిగా మారడానికి ఎన్ని సంవత్సరాలు ఎందుకు పట్టిందో తెలీదుగాని, ఓ మనిషి కుక్కగా ఇంత తొందరగా మారడానికి మాత్రం మూగజీవాలమీద పెంచుకున్న అవ్యాజ్యమైన ప్రేమనని ఖచ్చితంగా తెలుస్తోంది

సోము పరిస్థితి చూస్తే. కుక్కగా మారిన సోమును మూగజీవంగా చూడటం తప్ప వేరే మార్గం కనిపించలేదు హరిణికి ఎంత ఆలోచించినా.

"టీ తీసుకోమ్మా.." అన్న దొరసానమ్మ పిలుపుకు ఈ లోకంలోకి వచ్చింది హరిణి.

టీ ని మెల్లగా సిప్ చేస్తూ .. సాలోచనగా "ఆంటీ .. మీరేమనుకోపోతే ఓసారి సోమును చూడడానికి నాతో వస్తారా..." అంది.

తన వ్యాపారం ఏమౌతుందోనని క్షణకాలం ఆలోచనలో పడింది దొరసానమ్మ అంతేమరి!.. లైఫ్ లో బిజీగా ఉండడం అనేది డబ్బుతో ముడిపడి ఉన్నపుడు, . డబ్బు మనిషిని కుక్కను ఆడించినట్టు ఆడిస్తుంది .. అది మనిషి ఏ స్థాయిలో ఉన్నా.. కానీ సంతృప్తి మాత్రం మనిషి కుక్కలా కాకుండా మనిషిలా ప్రవర్తించినపుడే ఉంటుంది. సంపాదనా వ్యామోహంలోపడి మానవత్వం మరిచిపోయి కుక్కలానే కాదు దేనితో పోల్చలేని జంతువులా మారిపోతుంటారు కొందరు .. కానీ దొరసానమ్మ లాంటి వాళ్ళు అందుకు మినహాయింపు. ఎందుకంటే ఆమెకు లేమిలో బ్రతకడం కూడా తెలుసు .. అందుకే మరుసటిరోజు

హరిణితో రావడానికి ఒప్పుకుంది. దొరసానమ్మ అంగీకారంతో అక్కడినుండి కదిలింది హరిణి ఎంతో ఉత్సాహంగా.

***

రూమ్ లో ఓ మూల ఉండచుట్టుకుని పడుకున్న సోముని చూస్తూ అలాగే నిలబడిపోయింది దొరసానమ్మ. కాలికి తాడు వేసి కిటికీ కమ్ములకు కట్టివేసున్నారు సోమును. అరచేతులు నేలకుఆన్చి గడ్డం దానిపై పెట్టుకుని పడుకున్న సోమును పిడచలుకట్టిన జుట్టు, మట్టి ఉప్పు పేరుకుపోయిన చిరుగుల ఫ్యాంటు, నేల నెర్రులిడిచినట్టున్న మట్టికొట్టుకుపోయిన పాదాలతో అస్సలు పోల్చుకోలేకపోతోంది దొరసానమ్మ. చివరిసారిగా ఓ నాలుగు నెలల క్రితం చూడటమే ... కానీ ఇంత అద్వానంగా మాత్రం లేడపుడు. సోము మీసాలమీద గడ్డాలమీద అతుక్కుని, అన్నం ప్లేటు చుట్టూ చిందర బందరగా పడిఉన్న మెతుకులే చెబుతున్నాయి సోము తినలేదని .. కుక్కలా గతిగాడని.. సోము పరిస్థితి చూసి దొరసానమ్మకు కళ్ళలో నీళ్ళు తిరగసాగాయి.

మాటాపలుకు లేకుండా నిలబడిపోయిన దొరసానమ్మను మెల్లగా కదిపింది హరిణి.

“ఆంటీ!.... సోమును పిలు....” దాదాపు గుసగుసగా అడిగింది హరిణి.

"సోము! సోము!!.." అంటూ గొంతు సవరించుకుని మరీ పిలిచింది దొరసానమ్మ.

"కొంచెం గట్టిగా పిలు" అంది హరిణి

"సోము! ఒరేయ్ సోము.. లేరా లెయ్" అంది ఈ సారి గట్టిగా

ఎక్కడో విన్న గొంతులా. సోము మష్కిస్తాన్ని నిదురలేపింది దొరసానమ్మ పిలుపు. మెల్లగా కళ్ళు తెరిచి అరచేతులమీద గొంతు కోర్చొని చుట్టూ ప్రక్కలా చూస్తూ. మెల్లగా మొరగడం ఆరంభించాడు. తన చుట్టూ ఉన్నవాళ్ళలో గొంతును పోల్చుకోలేని అసహనం సోము గొంతును మరింత పెంచింది. ఈసారి మరింత బిగ్గరగా చుట్టూ చూస్తూ అరవసాగాడు సోము.

భయంతో ఉలిక్కిపడి ఓ అడుగు వెనక్కు వేసింది దొరసానమ్మ. పడబోతున్న దొరసానమ్మను గట్టిగా పట్టుకుంది హరిణి. మళ్ళీ లోగొంతుకతో "మళ్ళీ పిలు" అంది హరిణి సోములో వస్తున్న ప్రతిస్పందన ఆమెలో మరింత ఆశను రేపుతోంది.

"సోమూ!" ఈ సారి మరింత దీర్ఘంగా గట్టిగా పిలిచింది దొరసానమ్మ

కదిలాడు సోము దొరసానమ్మవైపు.

దగ్గరకు వస్తూ మరింత పరిశీలనగా చూడసాగాడు ఆమెవైపు. లీలగా గుర్తొస్తోంది ఆమె రూపం సోముకు. తనకు వడలు పునుగులు ఎగరేసి వేస్తున్నట్టు ... అవి తను ఆబగా పట్టుకుంటున్నట్టు ... మెల్లమెల్లగా తేటతెల్లమౌతోంది ఆమె రూపం. మరింత దగ్గరగా వచ్చాడు సోము చొంగ కారుస్తూ, నాలుక బయటకు పెట్టి శ్వాసిస్తూ...భయం భయంగా.చేయి ముందుకు చాచింది దొరసానమ్మ.ఆమె చేతిని నాకసాగాడు సోము ఆమె వైపే చూస్తూ .. చటుక్కున చేయితీసివేసింది భయపడి. మరింత దగ్గరగా వచ్చి ఆమె పాదాలు నాకసాగాడు.ఇక కన్నీళ్లు అపుకోలేకపోయింది దొరసానమ్మ.సోము తలపై చేయివేయబోయింది నిమరడానికి..

హఠాత్తుగా ఎదో కుక్కపిల్ల మూల్గిన సవ్వడి విని అటువైపు చూశాడు సోము .. అతని కళ్ళు ఒక్కసారిగా మెరిశాయి హరిణి చేతిలోని కుక్కపిల్లను చూసి ..అది ఓ చిన్న కుక్కపిల్ల .. ఇంకా కళ్ళు తెరవని పిల్ల .. మూతితో తన తల్లిని వెతుకుతూ హరిణి చేతులలో పెనుగులాడుతోంది. అరచేతులు నేలకు ఆనించి అలానే గొంతు కూర్చొని, మెడను సాగదీస్తూ కుక్కపిల్లవైపు చూడసాగాడు సోము.

కుక్క పిల్లను మరింత దగ్గరగా తీసుకు వచ్చింది హరిణి .. దాన్ని వాసన చూస్తూ మెల్లగా దాని మూతిని నాకసాగాడు.

అతనికి దాన్ని పూర్తిగా ఇచ్చేసింది హరిణి. సంబరంగా దగ్గరకు లాక్కున్నాడు సోము.. అది తనవైపే రావడం మరింత సంతోషాన్ని ఇచ్చినట్టుంది .. దాన్ని తన మూతితో నెట్టుకుంటూ నేలపై పడుకుండిపోయాడు సోము. కుయ్ కుయ్ మంటూ అది తన చాతిని తాకుతోంటే ఉప్పొంగిపోతున్నాడు. తన రెండు చేతులతో దాన్ని మరింత లోపలి పోదువుకుంటూ దానికేదో ఇవ్వాలని తాపత్రయ పడుతున్నాడు. అతని తాపత్రయం ఆ కుక్క పిల్ల మూల్గులతో మరింత ఎక్కువైయ్యింది .. గోల చేయసాగింది కుక్కపిల్ల.

దాన్ని ఎలా సముదాయించాలో తెలీక ..ఎటూ పాలుపోక...తననుండి దూరంగా పోతున్న కుక్కపిల్లను తీసుకోవడానికి తొలిసారిగా విచ్చుకున్నాయి సోము చేతులు... ఆత్రుతగా పట్టుకుని దగ్గరకు తీసుకున్నాడు తన చేతులతో ... అది అరుస్తూనేవుంది.. ఆపడానికి తన ఛాతికి హత్తుకున్నాడు దాన్ని.. పాలకోసం తహతహలాడసాగింది కుక్కపిల్ల సోము చాతిని మూతితోరుద్దుతూ. ఆకలితో మూల్గుతున్న కుక్కపిల్లను ఏమీ చేయలెని అసహాయత అతని గొంతులో ఏడుపులా మారసాగింది. దొరసానమ్మ వైపు హరిణి వైపు నిస్సహాయంగా మర్చి మార్చి చూస్తూ మొరిగాడు సోము.

"ఏం కావాలి? ఏం కావాలి?? ..."అంటూ పదేపదే అడగసాగింది హరిణి.

సమాధానం ఇచ్చే ప్రయత్నంలో అతని గొంతుక మనసు తీవ్రంగా పోరాడుతున్నాయి ఇపుడు. ఆ పోరాటం లోనుండి మెల్లగా ఉద్భవించింది అమ్మ అనే శబ్దం గురగురమంటూ ..

"అమ్మ కావాలా?.. అమ్మ కావాలా??.. దాని అమ్మను చూపిస్తా నే చెప్పినట్టు వింటావా??!.." మెల్లగా సోమును తన దారిలోకి తెచ్చుకోవడానికి ప్రయత్నిస్తోంది హరిణి...

అ ఆ .. అంటూ తలూపాడు సోము.

ఇదే అదనుగా తన టీం ను పిలిచి అతన్ని శుభ్రం చేయమని చెప్పింది హరిణి. వాళ్ళు భయపడుతోంటే సోము కాలికున్న తాడును తీసివేసింది.

"సోమూ .. వాళ్ళతో వెళ్లి స్నానం చేసిరా .. నిన్ను దీని అమ్మ దగ్గరకు తీసుకెళతా" అనునయంగా అంది హరిణి.

తలాడిస్తూ వాళ్ళను వెంబడించాడు కుక్కలా నడుస్తూ నాలుగుపాదాలమీద .. ఆశ్చర్యంగా చూడసాగింది దొరసానమ్మ, మరింత ఆత్మవిశ్వాసంతో వెలిగిపోతున్న నవ్వును చూసి హరిణి పెదాలమీద.

***

చక్కగా ఉన్నాడు సోము. శుభ్రంగా తల వెంట్రుకలన్నీ తీసివేశారు. బాగా స్నానం చేయించి మంచి బట్టలు తొడిగారు.. అంతా బాగుందికాని.. ఆ మోకాళ్ళ మీద చేతులమీద కుక్కలా నడవడమే బాగాలేదు. కుక్క లక్షణాలు ఏవీ మారలేదు సోములో. ఓ విధంగా చూస్తే ఆ గుండుకి ఆ లూజ్ బట్టలకు ఓ బోడి కుక్కలా కనిపించాడు సోము.

హరిణి ముందుగా వెళుతుంటే ..కిమ్మనకుండా వెంటడించసాగాడు సోము నాలుగు పాదాలమీదే నడుస్తూ.. ఆ వీధి మలుపులో ఓ ఇసుకగుట్ట ఉన్న చోటికి తీసుకెళ్ళింది హరిణి.

అక్కడి దృశ్యం చూడగానే సోము ముఖంలో ఆనందం అంతాఇంతా కాదు. దాదాపుగా ఆ పిల్లల తల్లిపై పడిపోయినంత పనిచేశాడు. బెదిరిపోతున్న పిల్లల తల్లిని ఒడిసి పట్టుకున్నారు హరిణి టీం. మెల్లగా తన చేతిలోని కుక్కపిల్లను అందించింది సోముకు. సోము తన నోటితో అందుకోబోతొంటే .. ఇవ్వకుండా వెనక్కు తీసేసుకుంది. వెంటనే చేతులు చాచాడు సోము. నవ్వుతూ చేతిలో పెట్టింది కుక్క పిల్లను.

సోము సంతోషంగా దాన్ని తల్లి పొదుగులదగ్గరకు తీసుకువెళ్ళి ఓ రొమ్మును పట్టించాడు.. నేలను నిగిడి తన్నుతూ రొమ్మును ఒత్తుతూ ఆబగా త్రాగాసాగింది పాలు ఆ కుక్కపిల్ల.. ఆనందంతో తబ్బిబ్బవుతూ కన్నీరయ్యాడు సోము., హరిణి టీం

వాళ్ళ చేతుల్లో ఆ తల్లి కుక్క బిత్తరబిత్తరగా చూస్తోంటే .. మెల్లగా తెలుస్తోంది సోముకు మనిషికి కుక్కకి తేడా ఏమిటో. కృతజ్ఞతగా మార్చి మార్చి చూడసాగాడు హరిణి వైపు.

ఓ ప్లేటులో తినడానికి పెట్టుకొచ్చి సోము ముందు పెట్టబోయింది హరిణి. వెంటనే తన రెండు చేతులతో దాన్ని పట్టుకుని ఎన్నో ఏండ్ల ఆకలి గుర్తొచ్చినట్టుగా తినసాగాడు సోము.

తృప్తిగా నవ్వుకుంది హరిణి. తన టీంకు సోమును ఆశ్రమానికి తీసుకురమ్మని చెప్పి దొరసానమ్మను స్కూటిపై ఎక్కించుకొని స్కూటీని ముందుకు కదిలించబోయింది. అంతే.. చేతిలోని ప్లేటుని విసిరేసి హరిణి వైపు కదిలాడు సోము. ఇపుడు అతని చేతులు ఆమె కోసం ఆరాటపడుతోంటే .. కాళ్ళు మెల్లగా పైకి లేవడం మొదలైయ్యాయి. అంతవరకు నేలకు సమాంతరంగా ఉండిపోయిన సోము వెన్నుముక ఇప్పుడు నేలకు నిటారుగా మారడానికి ప్రయత్నిస్తోంది ..హరిణిను చేరుకోవాలనే ఆత్రుతతో ఇపుడు సోము వెన్నెముక భూమికి నిటారుగా నిలబడింది... మొదటి సారిగా అడుగులు వేస్తున్నాడు సోము హరిణి వైపు తడబడుతూ...

**శుభం**

# జహీర్

"అయిందా" షూ లేసులు కట్టుకుంటూ అడిగాడు మక్రం బాష.

"ఆ ఇదో అయిపోవోచ్చింది..." వంటగదిలోనుండి అభ్యర్ధన లాంటి కేకతో బదులిచ్చింది షాహీనా బేగం.

"ఇంకా ఎంతసేపు .. డ్యూటీ కి టైం అవుతుంటే..." విసుగ్గా నసిగాడు మక్రం

"ట్రైన్ ను నడిపినంత ఈజీ కాదు వంట చేయటమంటే....ఇదుగో ఈ కాఫీ త్రాగుతూ ఉండండి. క్షణంలో క్యారియర్ సర్దేసి తీసుకొస్తా.." అంటూ మక్రం చేతిలో కాఫీ కప్పు పెట్టి "ఇంకా సర్దలేదా" అంటూ చిరాగ్గా చూస్తున్న మక్రం వైపు కనీసం తలెత్తైనా చూడకుండా చక్కా లోపలి వెళ్ళిపోయింది షాహీనా.

"త్వరగా రా..... నీ మొగుడు డ్యూటీ కి త్వరగా వెళితేనే, మిగాతా వాళ్ళందరూ వాళ్ళ డ్యూటీలకు వెళ్ళగలిగేది. వాళ్ళేమైనా తిట్టుకుంటే అన్నీ నీకే తగుల్తాయ్ ..ఇక చూస్కో." కళ్ళేగరేస్తూ అన్నాడు అప్పుడే ఓ ప్లాస్టిక్ బుట్టలో క్యారియర్ పెట్టుకుని

తీసుకొచ్చి అందులోనే వాటర్ బోటిల్ పెట్టడానికి అవస్థలు పడుతున్న షాహీనా ను చూసి.

“ఆహ్ ... తమరు గంటలు గంటలు లూప్ లైన్లో బండిని పడేసినపుడు కూడా నన్నే తిట్టుకుంటారా ఈ జనాలు?!!!” జనాలు అనే పదాన్ని ఒత్తి పలుకుతూ వెటకారంగా అంది షాహీనా.

“నీ వెటకారం చాలు గానీ .. రేపు గురువారం షమ్మీ వస్తున్నాడు కరీనాను తీసుకుని..” మక్రం చెప్పడం పూర్తికాకుండానే

“తోడుగా ఓ పిల్లాడ్నికూడా” క్యారియర్ బుట్ట పై నేప్ కిన్ ను వేస్తూచెప్పింది షాహీనా.

అర్ధం కానట్టు చూశాడు మక్రం

“అదే .. కరీనా .. కడుపులో ఓ పిల్లాడ్ని పెట్టుకుని వస్తోంది” మురిపెంగా చూస్తూ అంది షాహీనా.

“అవునా” అంటూ ఆనందంతో వెలిగిపోయింది మక్రం ముఖం.

“మరి వాడిది నాకు చెప్పలేదే?”

“మరి కనేది మీ తమ్ముడు కాదుకదా. కరీనానే చెప్పింది. తనకి మూడో నెల. నీకు మీ తమ్ముడు చెప్పడానికి సిగ్గుపడి

ఉంటాడేమో .. కనుక్కో..." ముసిముసిగా నవ్వుతూ లోపలి వెళ్ళబోతూ .. ఏదో గుర్తొచ్చిన దానిలా

"జీ! సూరి తెచ్చిన సామాన్లలో దనియాలు, బెల్లం ..ఇంకా ఈ చిట్టీలో ఇంటూ కొట్టిన సామాన్లన్నీ రాలా .. నువ్వటు పోయేటపుడు అంగట్లో చెప్పేసిపో". అంటూ బల్లసొరుగులో పెట్టిన సరుకుల పట్టీని తీసుకొచ్చి హడావుడిగా బయలుదేరుతున్న మక్రం చేతిలో పెట్టబోయింది.

మక్రం చిరాగ్గా మొహం పెట్టి "అసలే డ్యూటీకి లేటవుతుంటే .. ఏందిది .. ఇదేమైనా పెళ్లి సరుకుల పట్టీనా..తొక్కలో ఒడుగుల పట్టీ .. ఆమాత్రానికి నేనుబోవాల్నా?.. జహీరెటు పోయాడు .. ..వాడికిచ్చి పంపించు.. స్కూల్ కూడా లేదాయే.. ఈ చిట్టి అంగట్లో ఇస్తే చాలు, రాని సరుకులు వాళ్ళే తీసుకొస్తారు .. చిన్న పిల్లోడేమీ కాదుగా.. ముడ్డి కిందకు పదకొండేళ్ళొచ్చాయ్.." అంటూ ఆ చీటీని తిరిగి షాహీనా చేతిలో పెట్టి వెనుదిరిగి చూడకుండా వెళ్ళిపోయాడు మక్రం భాష.

"సరిపోయింది .. ఇంకెక్కడా నీ కొడుకూ. పొద్దున్నే టిఫిన్ కూడా చేయకుండా ఆ బలరాం కొడుకు వాసు ఇంటికిపోయాడు ఆడుకోవడానికి.. స్కూల్ లేదంటే చాలు ఇంటిపట్టున క్షణం కూడా ఉండడు.." తనగోడు వినపడనంత దూరం వెళ్ళిపోయిన మొగుణ్ని

చూసి ఉసూరుమంటూ "ఇంకేం చేస్తా. నేనే పోయొస్తా" అంటూ గోణుక్కుంటూ లోనికి వెళ్ళిపోయింది షాహీనా బేగం.

తన కొడుకు ఒడుగుల కార్యక్రమం కంటే ఆ కార్యక్రమానికి వస్తున్న తన మరిది షమ్మి, చెల్లెలు కరీనాల రాక మరింత ఆనందాన్నిస్తోంది షాహీనాకు. ఎందుకుండదూ.. తను మక్రంతో కాపురానికి వచ్చేనాటికి షమ్మి కి ఓ ఎనిమిదేండ్లు ఉంటాయ్. మక్రానికి అస్తమానం ఆ ఉద్యోగం ధ్యాస తప్ప ఇంటివిషయాలు పెద్దగా పట్టించుకునేవాడు కాదు. కుటుంభ నిర్వహణంతా తన నెత్తిన వేసుకుంది. షమ్మి పుట్టగానే తల్లి చనిపోవడంతో అప్పటిదాకా ఆలనా పాలనా లేని షమ్మి ని తనే తల్లై పెంచింది.. తను స్వతహాగా దైవ భక్తురాలు కావడంతో షమ్మికి చిన్నప్పటినుండి దైవభక్తి నూరిపోసింది. నెత్తిన టోపీ పెట్టుకుని బుద్ధిగా వజ్రాసనంలో కూర్చుని ముందుకు వెనుకకు ఊగుతూ షమ్మి ఖురాన్ చదువుతుంటే ఎంతగానో మురిసిపోయేది. తమ బంధువుల ఇండ్లలో తన మరిది గురించి వాడి దైవభక్తి గురించి గొప్పగా చెప్పేది. మక్రం వద్దన్నా మదరసాలో చేర్పించింది వాడి దైవభక్తి చూసి. ఆ తర్వాత పై చదువులు చెప్పించింది. మరిది ముంబాయిలో ఉద్యోగంలో చేరినతర్వాతగాని తనకో కొడుకున్నాడన్న సంగతి తెలిసిరాలేదు షాహీనాకు. అంతటి ప్రేమ షమ్మి మీద. పెళ్లై సంవత్సరం తర్వాత ఓ తీపి కబురుతో

రాబోతున్నాడు తన మరిది. తన కొడుకు జహీర్ ఒడుగులను ఘనంగా చేయాలనుకుంటోంది ఇప్పుడు. అందుకే పెళ్ళికి చేసినంత హడావుడి చేస్తోంది షాహీనా.

***

రైల్వే కాలనీలో ఉండే రోడ్డంతా సీరియల్ సెట్ విద్యుత్ దీపాల కాంతిలో ధగధగా మెరిసిపోతోంది.తన క్వార్టర్స్ ప్రక్కనే ఉన్న స్థలంలో షామియానా వేయించింది షాహీనా. వెల్వెట్ క్లాత్ కప్పిన మహారాజా చైర్లో చమ్కీ టోపీ పెట్టుకుని బుజాలమీదుగా వేసిన మల్లెపూల చాదర్లో మగ్గిపోతున్న గువ్వలా కూర్చుని ఉన్నాడు జహీర్. అప్పుడపుడు తను వేసుకున్న క్రొత్త బట్టలను చూసుకుని మరీ మురిసిపోతున్నాడు. బంధుమిత్రులందరూ ఒక్కొక్కరుగా వచ్చి గంధాన్ని జహీర్ లేత చెక్కిళ్ళపై రాస్తూ తమ కణతలమీద మెటికలు విరుచుకుంటూ తెగముద్దు చేస్తున్నారు. కొందరైతే చదివింపులను జహీర్ తలచుట్టూ దిగదుడుస్తూ జహీర్ చేతిలో పెట్టి వెళ్ళిపోతున్నారు.ఇంతకూ ముందు పూల పరదా క్రింద సిగ్గు పడుతూ ఊరేగిన జహీర్ ఇపుడు అందరూ తనకు ముద్దు పెడుతూ చదివింపులు చేతికిస్తుండేసరికి మునుపటి బిడియంపోగా తనేదో ఘనకార్యం చేస్తున్నట్టు ధీమాగా కూర్చున్నాడు. తన చేతికొచ్చిన చదివింపులను ప్రక్కనే కూర్చుని వచ్చిన బంధువులను పలుకరిస్తున్న తన బాబాయి షమ్మీకి

ఇస్తున్నాడు. ఓవైపు వచ్చిన వాళ్ళకు మర్యాదలు చేస్తూనే తోబుట్టువుల్లాగా వేదికపై కూర్చున్న షమ్మీని జహీర్ని అలాచూస్తూ తెగ మురిసిపోతోంది షాహీనా.

వేదిక ముందర బ్యాండ్ మేళం దరువులకు పూనకం వచ్చినట్టు ఊగిపోతున్నారు కుర్రకారు. ఆ నాగిని డాన్స్ కైతే మరీను. నేలమీద పడి ద్రోళ్ళుతూ, పాములాగా మెలికలు తిరుగుతూ చుట్టూ ఉన్నవారి చూపు తనవైపు తిప్పుకోవాలని నానా తాపత్రయ పడుతున్నారు కొందరు.మరికొందరైతే బాగా మందు బిగించి డప్పుకొట్టే వాళ్ళకెదురుగా నిలబడి వాళ్ళను కవ్విస్తూ, తూలిపోతూ ...ఊగిపోతూ డాన్సులేస్తూ ఈ లోకాన్ని మరిచిపోతున్నారు. జహీర్ కళ్ళముందు ఇన్ని సందళ్ళు జరుగుతున్నా అతని కళ్ళు తన స్నేహితుడు వాసు కోసం వేదిక చుట్టూతా వెతుకుతున్నై. చాల సేపటి తర్వాతగాని కనుక్కోలేకపోయాడు అక్కడ వేదికకు కట్టిన షామియాన కర్రను పట్టుకుని చోద్యం చూస్తున్నట్టుగా ఉన్న వాసును. పెద్దలు తనకు చదివింపులు దిగదుడిచి తన చేతికి ఇస్తుంటే అదీ పట్టించుకోకుండా తన స్నేహితుడు తన చూపు నుండి ఎక్కడ తప్పించుకుని పోతాడోనన్నట్టుగా చూపు మరల్చకున్నాడు జహీర్, పెద్దలు ఎంత పలుకరిస్తున్నా. గమనించాడు షమ్మీ. వాసును దగ్గరకు రమ్మని పిలిచాడు. ఆ పిలుపుకోసమేనన్నట్టుగా

ఒక్క ఉదుటున చేరుకున్నాడు జాహిర్ ను వాసు. జహీర్ ప్రక్కనే నిల్చుని కొత్తగా ముస్తాబైన తన మిత్రుని చూస్తూ ముసిముసిగా నవ్వాడు వాసు. ఇదుగో తిను అంటూ ఓ జాంగ్రీని వాసుచేతిలో పెట్టాడు షమ్మీ. మొహమాటపడుతున్న వాసుని తీసుకొమ్మన్నట్టుగా బలవంతపెట్టాడు జహీర్. చేతికి తీసుకున్న వాసు తన స్నేహితునికి దాన్ని కాస్త తినిపించి అతని చెవిలో ఏదో చెప్పాడు. వాసు చెప్పిన విషయం విన్న జహీర్ కు నోట్లో ఉన్న జాంగ్రి ఉన్నట్టుండి చేదుగా మారసాగింది. ఏడుపుమోహంతో తన బాబాయితో

"చాచా! ఇది నిజమేనా .. నా బెల్ల.... కోస్తారటకదా.."

ఎవరు చెప్పారు అన్నట్టుగా చూశాడు షమ్మీ. అలవోకగా వాసువైపు చూశాడు జహీర్.

కోపం, నవ్వు ఒక్కసారిగా తన్నుకొచ్చాయి షమ్మీకి. వాసువైపు నవ్వుతూ చూస్తూ "రే! ఇక పోరా నువ్వు" అంటూ వాసుని తన రెండు చేతులతో ఎత్తుకుని వేదికనుండి దించివేశాడు షమ్మీ.

"అదేం కాదు జహీర్. నాకు ఒకటి చెప్పు .. ఇప్పటిదాకా నువ్వు ఎన్నిసార్లు నమాజ్ చేసిఉంటావ్.."

లేదన్నట్టుగా తల అడ్డంగా ఊపాడు జహీర్.

“ఇక నుండి నువ్వు రోజుకు ఐదు సార్లు నమాజ్ చేయాలి. ఇది నీకు చేయకపోతే నువ్వు చేయలేవ్.”

“దానికి నాది కోయడం ఎందుకు” వెంటనే తన్నుకొచ్చింది ప్రశ్న జహీర్ నుండి.

“ఆ .. ఎందుకంటే .. అక్కడ కోయక పోతే పాచి పట్టి జిల పుడుతుంది.దాంతో నువ్వు నమాజ్ సరిగా చేయలేవ్. మనకు అల్లాహ్ చెప్పిన ఐదు శుభ్రతా నియమాలలో ఇదొకటి. అయినా మొత్తం కోసేస్తారని ఎందుకనుకుంటున్నావ్. పైన తోలు కొంచం తీస్తారంతే. అయినా మొత్తం కోసేస్తే ఎలా ఒంటేలు పోసుకుంటారు.. నాకూ చేశారుగా.... ఆ ..నాకంతా బాగుంది .. నొప్పి తెలీదు .. డాక్టర్లు మత్తు పెడతారు .. ఏం కాదు .. వాడి మాటలు నమ్మకు” చెప్పుకు పోతున్నాడు షమ్మీ.

బాబాయి మాటలు ఎంతగా ఊరటనిస్తున్నా... తను మాత్రం మునిపటిలాగా ఉండలేకున్నాడు జహీర్

***

అది రెండోవరోజు జహీర్ కు ఒడుగులు చేసి. ఇంతకు మునుపు ఎపుడైనా ఆ ఓరోజు స్కూల్ కు సెలవు దొరికిందంటే చాలు ఆ కాలనీ పిల్లలతో, పక్కింటి వాసును వెంటపెట్టుకుని బయటకు వెళితే అసలు ఇల్లు కనపడేదికాదు. మరి ఇపుడో స్కూల్ లేక

రెండోవరోజు గడుస్తున్నా ఇల్లు మాత్రమే కనపడుతోంది. ఎప్పుడూ వెల్లకిల పడుకుని ఉండాలి. ఈ రోజు కాస్త నయం లేచి కుర్చీలో కుర్చుంటున్నాడు మొలకు ఓ పలుచటి వస్త్రం కట్టుకుని. ఇంటిలో క్షణం కూడా కుదురుగా ఉండలేని జహీర్ ఇపుడు ఆ ఇంట్లో సైతం అటూఇటూ నడవలేకున్నాడు.ఇంతకంటే మరింత బాధ తన మిత్రుడు వాసు తన ప్రక్కన లేకపోవడం. ఎన్నో సార్లు తన తల్లికి చెప్పాడు వాసును పిలవమని.వాడు స్కూల్ కి వెళ్ళాడనే బదులిస్తూ వచ్చింది అమ్మ. ఈరోజు ఎలాగైనా వాసును కలవాలని ఇంటి గుమ్మం దాటి బయటకు అడుగుపెట్టాడు జహీర్. బాబాయ్ షమ్మి, పిన్ని కరీనాలు ఊరికి బయలుదేరుతున్నట్టున్నా-రు.అమ్మ షమ్మిని బ్రతిమిలాడుతోంది కరీనాను ఇక్కడే ఉంచమని. తాను లేకపోతె షమ్మీ తిండి తిప్పలకు ఇబ్బంది పడుతాడని కరీనా ఏదో సర్ది చెబుతోంది తన తల్లికి. షాహీనా కరీనా చేతిలోని లగేజీని తీసుకోవడం దాన్ని మళ్ళీ షమ్మీ లాక్కోవడం .. చోద్యం అంతా వాకిట మెట్లమీద కూర్చుని చూస్తూ ఉన్నాడు జహీర్. ఇంతలో మక్రం రైల్వే పాసుతో అక్కడకు రావడంతో ఆ ప్రయత్నం విరమించుకుంది షాహీనా.

ఇక చేసేది లేక “జహీర్!! జహీర్!” అంటూ పిలిచింది ఇంటిలోపల పడుకుని ఉన్నాడనుకుని.

మెట్లమీద దిగాలుగా కుర్చుని ఉన్న జహీర్ ను చూసి మరింత ఆశ్చర్యంతో

"ఇక్కడే ఉన్నావా .. ఎలా వచ్చావ్ .. చూడు బాబాయ్ వాళ్ళు ఊరెళ్ళుతున్నారు.." అంది.

"చాచా" అంటూ పైకి లేవబోతున్న జహీర్ను బుజం పట్టి అపాడు షమ్మీ.

"నిన్ను బయటకు రావద్దని చెప్పాను కదరా.." అనునయంగా అన్నాడు షమ్మీ ప్రక్కన కూర్చుంటూ

"మరి నన్ను ముంబాయికి తీసుకెళతానన్నావ్"

"ఊ లేదురా .. అర్జంటుగా వెళ్లిపోవాలి ..మా బాస్ రమ్మంటున్నాడు. పోకపోతే ఉద్యోగం ఊడుతుంది .. ఈ సారి వచ్చినపుడు తప్పని సరిగా తీసుకెళతా .. సరేనా" అంటూ జహీర్ నుదుటిమీద ముద్దు పెట్టి పయనమయ్యాడు షమ్మీ.

మక్రం వెంట షమ్మీ కరీనాలు వెళుతుంటే ఉసూరుమంటూ వెనుదిరిగింది షాహీనా ..

ఇక జహీర్ బాధ చెప్పనలవి కావడంలే .. ఎన్నో రోజుల తరవాత బాబాయితో సరదాగా గడపదాం అనుకుంటే ఈ ఒడుగులొకటి .. సరిగా తినకపోవడం వల్ల కామోసు నీరసంగా ఉంది .. దీనికి తోడు వాసును కలవలేకపోవడం ...

ఏమీ తోచడం లేదు .. చేతిలోకి ఓ కట్టెపుల్ల తీసుకుని మెట్లపై గీతలు గీస్తున్న జహీర్ కి

అప్పుడే స్కూల్ నుండి వస్తున్న వాసూని చూసి ఒక్కసారిగా ప్రాణం లేచివచ్చినట్లైయింది.

"వాసు!! వాసు" అంటూ లేని ఓపిక తెచ్చుకుని కేకవేశాడు జహీర్.

వాసు జహీర్ వైపు కోపంగా చూసి పట్టీ పట్టనట్టుగా వెళ్ళిపోయాడు. దగ్గరకు వెళదామని జహీర్ లేచి వాసు వైపు రెండడుగులు వేశాడో లేదో నొప్పి మొదలై "హమ్మా" అంటూ అలాగే మెట్లపై కూర్చుండిపోయాడు. ఈ బాధకు తోడు తను పిలుస్తున్నా పట్టించుకోకుండా కోపంగా చూసి వెళ్లి పోతున్న వాసును చూసి ఒక్కసారిగా జహీర్ కళ్ళలో నీళ్ళు తిరిగాయి. ఏడుపు ముంచుకొచ్చేసింది.

***

"ఆ ఇదిగో వస్తున్నా..." అంటూ బయట ఎవరో తలుపు కొట్టిన శబ్దానికి బదులిస్తూ మక్రం స్నానం చేస్తున్న బాత్ రూమ్ తలుపుపై టవల్ ను లుంగీని వేసి వడివడిగా వీధి గుమ్మం వైపు అడుగులు వేసింది షాహీనా.

తలుపు తీయగానే లోపలి వచ్చిన షమ్మీని చూసి క్షణకాలం ఆశ్చర్యంతో నిరుత్తురాలై య్యింది.

మొహమంతా వాడిపోయి చెమటలు తుడుచుకుంటూ వచ్చీరాగానే సోఫాలో జారగిలపడి కూర్చున్న షమ్మీ ముఖంలో ఏదో ఆందోళన ..

ఇంతకు ముందు కరీనా చేసిన ఫోన్ కాల్ కు తోడు ఇపుడీ షమ్మీ పరిస్థితి షాహీనా గుండెదడ వేగాన్ని పెంచుతోంది. వణుకుతున్న గొంతుతో ఆదుర్దాగా "బేటా! ఏందిరా నువ్విలా?....కరీనా ఏది??.. ఇందాక ఫోన్ చేసింది నువ్వేదో స్టేషన్ లో దిగి మళ్ళీ అగుపడలేదని...... వేరే భోగీలో ఎక్కుంటావని... తర్వాతి స్టేషన్లో కలుస్తావని, ఎదురుచూడమని చెప్పా.. ఏమైందిరా నీ ఫోన్ ..ఎంత ట్రై చేసినా స్విచ్ ఆఫ్ అని వస్తోంది. ఇప్పుడేంది నువ్వు ఇక్కడ.." అయోమయంగా చూస్తున్న షాహీనాను పట్టించుకోకుండా వడివడిగా వెళ్లి గుమ్మం తలుపు గడియ వేసి వచ్చాడు షమ్మీ.

"బాబీ .. నాక్కొంచం నీళ్ళిస్తావా .. బాగా దాహంగా ఉంది.." అంటూ మళ్ళీ వచ్చి సోఫాలో చతికిలబడి కూర్చుండి పోయాడు షమ్మీ.

షమ్మీని అలానే చూస్తూ లోపలి వెళ్ళింది షాహీనా త్రాగటానికి మంచినీళ్ళ కోసం.

గడ్డాన్ని సవరించుకుని ముఖానికి పట్టిన చమటను తుడుచుకున్నాడు తన స్కార్ఫ్ తీసి. ముఖం తుడుచుకుంటూ గదంతా కలయ చూశాడు. ఇరుకుగా ఉన్న ఆ డ్రాయింగ్ రూమ్ ఇపుడు తనకు ఎంతోవిశాలంగా కనిపిస్తోంది. ఆ గదికి గోడలే లేనట్టు .. తనను ఈ ప్రపంచానికి బట్టబయలు చేస్తున్నట్టు అనిపోస్తోంది. తనను దాచివుంచే ఓ ఇరుకు కోసం ప్రక్కనున్న గదులు వెదుకుతుంటే అప్పుడు కనిపించాడు జహీర్ ఓ మంచం పై పడుకుని. నుదుటిమీద ఓ తడిగుడ్డ వేసుకుని మొలమీద ఉన్న పలుచటి వస్త్రం తొలగిపోయిందన్న స్పృహలో కూడా లేకుండా మూలుగుతూ కనిపించాడు. తదేకంగా జహీర్ను చూస్తూ మంచం పైన కూర్చుండి పోయాడు షమ్మీ.

పరుగులాంటి నడకతో అక్కడకు వచ్చి షమ్మీ చేతికి నీళ్ళ గ్లాస్ అందించింది షాహీనా.

"ఏం జరిగిందిరా.. కరీనా ఏది.." మరింత గట్టిగా అడిగింది షాహీనా.

ఇదేమీ వినపడ నట్టుగా "బాబీ .. ఏమైంది వీడికి.." అంటూ అడిగాడు యాదాలాపంగా షమ్మీ.

"వాడు సరే .. నీ సంగతేంట్రా.."

"బాబీ .. మంచినీళ్ళ కోసం దిగితే .. ట్రైన్ కదిలింది. దాని తర్వాత ఇంకో ట్రైన్ లేకపోవడంతో .. ఇలా వచ్చా..దీనికేందుకింత ఆదుర్దా.."

"కరీనా ఒక్కటే?!.." అర్థోక్తిగా అన్నది షాహీనా

"ఏం పర్లేదు తను ఒంటరిగా క్షేమంగా వెళ్ళగలదు .. నువ్వేం కంగారుపడకు.." నింపాదిగా అన్నాడు షమ్మీ.

"అదెలారా ..కరీనా అసలే వట్టి మనిషి కాదు .. ఎదో ఒకటి పట్టుకు పోలేకపోయావా... అయినా నీ సెల్ ఏమైయింది.."

"అదా ఛార్జింగ్ అయిపోయింది."

"అది కంగారు పడుతోందిరా..ఫోన్ చేసైనా చెప్పావా? ..."

"చెప్పానుగదా .. నా సెల్ స్విచ్ ఆఫ్ అయిందని"

"సరే ఉండు .. నా సెల్ తీసుకొస్తా .. ఓ మాట చెబితే దాని మనసు కుదుట పడతది.. ఇప్పటికి ఎన్ని సార్లు చేసిందనుకున్నావ్." అంటూ వెళ్ళడానికి ఉద్యుక్తురాలయ్యింది షహీన..

ఒక్క ఉదుటున పైకి లేచాడు షమ్మీ.. "నిక్కడకు వచ్చానని మాత్రం చెప్పకు.." అంటూ వదిన వెంట నడిచాడు..

విస్మయంగా చూసింది షహీన షమ్మీ వైపు అర్థం కానట్టు.

"అంటే... నేను.... సరాసరి ఇక్కడకు వచ్చానని చెబితే ....ఏదో ఒకటి పట్టుకుని ఎందుకు రాలేదని సాదిస్తుంది...." తడబడుతూ చెప్పాడు షమ్మీ.

నమ్మశక్యంగా అనిపించలేదు షాహీనాకు షమ్మీ సమాధానం ..మరిది ఏదో దాస్తున్నాడనిపిస్తోంది.

"ఇంకో ట్రైన్ దొరకలేదని చెబితే వింటుంది కదరా ... దాని మనసు నిమ్మళంగా ఉంటుంది .. అసలీ టైంలో ఇలాంటి ఆందోళనలు ఉండకూడదు .. నువ్వుండు నేచెబుతాకదా..." అంటూ నెంబర్ డైల్ చేయసాగింది షాహీనా.అలా సగం నంబరు నొక్కిందో లేదో మళ్ళీ ఫోన్ మ్రోగింది .. అది కరీనా నుండే..

సెల్ ఫోన్ ను ఒక్కఉదుటున లాగేసుకున్నాడు షమ్మీ... విస్మయంగా చూస్తుండి పోయింది షాహీనా షమ్మి వైపు.

"ఏందిరా ఇది ... నువ్వేం చేస్తున్నావో నీకు అర్థమౌతోందా... అసలేం జరిగిందిరా" చిరాకుగా కాస్త గద్దించి నట్టుగానే అంది షాహీనా.

"నువ్వు కరీనాతో మాట్లాడదలచుకుంటే ఏమైనా మాట్లాడు. కానీ నేనిక్కడకు వచ్చానని మాత్రం చెప్పొద్దు... ప్లీజ్.." అంటూ బ్రతిమిలాడాడు షమ్మీ

"ఏం .. ఎందుకని.."

"ఏమంటే .. ఇపుడు నేనున్న పరిస్థితుల్లో నేనేమీ చెప్పలేను .. ప్లీజ్ బాబి .. ప్లీజ్.." వేడుకోలుగా వణికింది షమ్మీ కంఠం

అయోమయం స్థానంలో ఇపుడు ఆందోళన మొదలైంది షాహీనాకు. షమ్మీ కళ్ళలోకి గ్రుచిగ్రుచి చూస్తూ నిజాన్ని వెతకడానికి శతవిధాలా ప్రయత్నిస్తోంది.నేల చూపులు చూస్తున్న షమ్మి కాని పనేదో చేసినట్టు తేట తెల్లమౌతోంటే షహీన మనసు విలవిలలాడి పోతోంది.

"చెప్పరా.." అంటూ షమ్మి బుజాలు పట్టుకుని ఊపేస్తూ అడుగుతోంది.సమాధానంగా షమ్మి ఉత్శ్వాస నిత్శ్వాసలు మరింత వేగంగా కదలసాగాయ్.

"చెప్పరా... అడుగుతోందిగా .. చెప్పు" ఉన్నట్టుండి గర్జించిన మక్రం గొంతుకతో అటువైపు తిరిగి చూశాయి షమ్మీ, షహీనాల కళ్ళు.

"భయ్యా!.. ఏదో... నీళ్ళ కోసం ట్రైన్ దిగితే ట్రైన్ మిస్..." అంటూ షమ్మి ఏదో చెప్పబోగా..

"అదికాదు... టీవీలో వస్తున్నదాని గురించి చెప్పు .. నాకూ అర్థం కావడంలేదు.." షమ్మి వైపు ఆదుర్దాగా చూస్తూ అన్నాడు మక్రం.

ఏమీ తెలీనట్టుగా చూడాలనుకున్నాడు షమ్మి. తనవైపే చూస్తున్న మక్రం కళ్ళకు భయపడి తలదించేసుకున్నాడు.

విషయమేమిటో తెలీక షమ్మిని వదిలేసి షమ్మి వైపు మక్రం వైపు మార్చిమార్చి చూస్తుండిపోయింది షాహీనా.

మెల్లగా మక్రంను చేరుకుని "ఏమైందండీ?..." నీరసించిన గొంతుకతో అడిగింది షాహీనా.

"వాడినో తీవ్రవాది అంటున్నారే... అలహాబాద్ రాణా చౌరాస్తా బాంబు ప్రేలుల్లో వీడి హస్తముందని చెబుతున్నారు..ఫొటోలతో సహా ... షంషుద్దీన్ ఇబ్రహీం .. అదే నీ ముద్దుల మరిది షమ్మి.. ఎవరో మరొకడితో కలసి ఈ ఘాతుకానికి ఒడికట్టినట్టు చెబుతున్నారు..నాకేమీ అర్థం కావడం లేదు ..చెప్పరా అలా నిలబడతావేం??.." గద్దించినట్టుగా అరచాడు మక్రం.

షాహీనాను రెక్క పట్టుకుని షమ్మి దగ్గరకు లాక్కెళ్ళాడు మక్రం. దురుసుగా షమ్మి చేతిని లాక్కొని షాహీనా తలపై పెడుతూ .. "రేయ్! ఇది నీకు వదిన కాదురా ... అమ్మ .. మీ అమ్మ బ్రతికున్నా నిన్నింత బాగా చూసుకునేది కాదు ..నిన్ను తన పెద్ద బిడ్డనుకుంటుందిరా.. ఇప్పుడైనా చెప్పరా ...ఇది నిజం కాదని చెప్పు .. చెప్పరా.." మక్రం గొంతుక క్షణక్షణానికి బలహీనమౌతోంది..

షాహీనా తలపై నుండి విదిలింపుగా చేతిని తీసివేసి చేతులు పిసికేసుకుంటూ నేలచూపులు చూడసాగాడు షమ్మి.

“తప్పు చేసిన వాడిలా అలా తలదించుకుంటావేంటిరా..” గద్దింపుగా అడిగాడు మక్రం.

“లేదు..” చివాల్న తలపైకెత్తి అరిచినంత పని చేశాడు షమ్మి

“నేనేమీ తప్పు చెయ్యట్లేదు. నేను యుద్ధమే చేస్తున్నా ... పవిత్రయుద్ధం .. జీహాద్!!! జిహాద్ ఫి సబిలిల్లాహ్ ... అవును .. నేను పవిత్ర యుద్ధం చేస్తున్నా..” ఒక్కసారిగా వెళ్ళక్రక్కాడు షమ్మీ.

షమ్మి మాటలకు హతాసులయ్యారిద్దరూ. తమ ముందు ప్రపంచం అంతా ఒక్కసారిగా స్థంభించినట్లైయ్యింది. షమ్మి మాటలను జీర్ణించుకోలేకపోతున్నారిద్దరూ. ఓ దేశానికి సైనికుడిలా యుద్ధం గురించి గొప్పగా చెప్పివుంటే బాగుండేది. కానీ అభం శుభం తెలీని వాళ్ళ శరీరాలను చిద్రాలు చేసి అదే పవిత్ర యుద్ధమంటే మింగుడు పడటం లేదు. టీవీలో చూపించిన ఆ భీభత్సమైన దృశ్యాలు ఇంకా తమ మనోఫలకం నుండి చెరిగిపోకముందే, వాటికి కారణం తనే అని గొప్పగా చెబుతున్న తమ్ముని తలచుకుంటుంటే అంతవరకూ షమ్మినే తన బలం అనుకున్న మక్రంకు ఇపుడు నిలువెల్లా నిస్సత్తువ ఆవహిస్తోంది.

తను షమ్మి గురించి కన్న కలలన్నీ కళ్ళముందే కూలిపోతుంటే తనూ ఓ ఇసుక కుప్పలా కూలిపోయాడు మక్రం.

పరుగున వచ్చి పట్టుకున్నాడు షమ్మి మక్రంను. మక్రంను మెల్లగా తీసుకొచ్చి సోఫా మీద కూర్చోబెట్టాడు షమ్మి. ఇంకా షాక్ లోనే ఉంది షాహీనా "బాబి! బాబీ!!" అంటూ గట్టిగా పిలుస్తూ గట్టిగా కుదిపేసరికిగానీ ఈ లోకంలోకి రాలేదు షాహీనా. ఉలిక్కిపడి సోఫాలో కళ్ళు తిరిగి పడిపోయిన మక్రంను లేపడానికి మంచి నీళ్ళు పట్టుకొచ్చింది.

"ఏమైయింది భయ్యా." అంటూ మక్రం ముఖం పై నీళ్ళు చల్లాడు షమ్మి.

నీళ్ళు త్రావించడానికి గ్లాసును నోటికి అందించబోయాడు షమ్మి.

"వద్దురా. నీ చేత్తో ఇచ్చే రక్తాన్ని నేను త్రాగదలచుకోలేదు." అంటూ మంచినీళ్ళ గ్లాసును విసిరికొట్టాడు మక్రం.

ఇష్టం లేక షమ్మి ప్రక్కనుండి పైకి లేవడానికి ప్రయత్నించి నీరసంతో లేవలేక మళ్ళీ కుర్చుండిపోయాడు.

చివాల్న పైకి లేచాడు షమ్మి. తను చేసిన పనిని అంతలా ఎవగించుకోవడం అస్సలు నచ్చలేదు షమ్మికి.

"ఏంటి భయ్యా నేను చేసిన నేరం ..ఉమర్ తాల్ బోధనల్ని పాటించడమా??. ఏంటి నేను చేసిన తప్పు .. నాకో విషయం తెలియాలి.." మక్రం దగ్గరగా మోకాళ్ళపై కూర్చుని మక్రం ముఖంలోకి చూస్తూ అన్నాడు షమ్మి.

మొహం ప్రక్కకు తిప్పుకున్నాడు మక్రం భాష.

"మన మతం మంచిదా? కాదా??... మనం బాగానే ఉన్నాం కదా.మనలాగే అందరూ ఉండాలనుకోవడం తప్పా .. మన మార్గంలో నడిపిద్దామనే నా తాపత్రయమంతా ..చిన్నప్పుడు నువ్వు, బాబి నన్ను ఎన్నిసార్లు కొట్టలేదూ?!!.. ఇది తప్పు ఇది ఒప్పు ....ఇది మంచి ఇది చెడు అని. బాబి వచ్చిన కొత్తల్లో ...నేనోసారి బీడీ కాలుస్తోంటే నీ బెల్ట్ తీసి కొట్టలేదా......"

"నిన్ను చంపుకోలేదు కదా. కేవలం భయభక్తులలో ఉంచాలనే అలా చేశాం.." గట్టిగానే బదులిచ్చాడు మక్రం.

"అదే నేను చేసిందిపుడు. అదే.. చెడు దారి పట్టిన ఈ సమాజాన్ని నా మార్గానికి రమ్మని భయపెడుతున్నానంతే.."

"అలాగని మనిషిని చంపేస్తావా."

"చెడుమార్గం పట్టాలనుకునేవాళ్ళను ఆపుతున్నాను కదా"

"మూర్ఖుడా.. వాళ్ళందరూ నీమార్గంలోకి వస్తారనుకున్నావా??..వాళ్ళకు నీ హింస మాత్రమె

కనిపిస్తుంది....నీవనుకుంటున్న శాంతీ సౌఖ్యం కాదు .. మతం సమ్మతం అయిఉండాలి .. బలవంతం కాకూడదు .. ఒప్పించడమూ కాదు.. ప్రేమ పేరుతొ వంచించి. మతమౌఢ్యంతో మోద్దుబారిపోయిన నీమెదడుకెలా అర్థమౌతుందిరా ఇది ... మంచీ చెడు అనేవి మనిషి లక్షణాలు ... మనుషులు కాదురా. ఛీ!! అర్భకుడా!!! ... పోరా ఇక్కడ్నుండి. నాకళ్ళ ముందు ఓ క్షణం ఉన్నావంటే నేనేం చేస్తానో నాకేతెలీదు .... షాహీనా!!.. ముందు వీడిని బయటకు గెంటి తలుపులేసై..” ఆవేశంగా పైకి లేచి ప్రక్క గదిలోకి వెళ్ళిపోయాడు మక్రం.

మక్రంను ఆపలేకపోయింది షాహీనా.

కోపంగా షమ్మి వైపు చూస్తూ “ఇప్పటికీ అర్థం కాలేదురా నీకు.. నీవేం చేస్తున్నావో ..ఎలా చెబితే అర్థమౌతుందిరా నీకూ ..నీ పద్ధతిలోనే చెప్పనా..” అంటూ షమ్మిని ఈచెంప ఆచెంపా వాయించిపడేసింది. తొణకక శూన్యంలోకి చూస్తూ నిలుచున్న షమ్మిని ఇక కొట్టే ఓపికలేక జారిపోతున్న తన చేతులతో షమ్మి స్కార్ఫ్ పట్టుకుని ఎదపై తలను ఆన్చి పెద్దగా ఏడవసాగింది షాహీనా.

మెల్లగా షాహీనా చేతులను విదిలించుకున్నాడు షమ్మి. విసురుగా ఇంటి గుమ్మం వైపు అడుగులు వేశాడు. అలా రెండు

అడుగులు వేశాడో లేదో ..ఇంటి తలుపులను బయటనుండి ఎవరో పదేపదే బాదుతూ ఉండేసరికి బిత్తరపోయాడు షమ్మి.వెంటనే స్పృహలోనికి వచ్చినవాడిలా తన కుర్తాలోనుండి పిస్టల్ తీసి అన్లాక్ చేసి తలుపుచాటున నిలబడ్డాడు షాహీనాకు తలుపుతీమని సైగ చేస్తూ.

షమ్మి కళ్ళల్లో భయం కంటే తనను పిస్టల్ తో బెదిరిస్తూ చేసిన సైగలే షాహీనాకు నోటిమాట రాకుండా చేశాయి.

మెల్లగా తలుపు దగ్గరకు వెళ్లి “ఎవరు?...ఎవరదీ!!” అంది షాహీనా.

“బాబీ .. నేనూ.. సల్మాని..తలుపు తీ..నీకో విషయం చెప్పాలి.” తలుపును అదేపనిగా తడుతూ అన్నది అదే కాలనీలో ఉంటున్న సల్మా.

తలుపు ఓరగా తీసి చూసింది షాహీనా. షాహీనా కళ్ళు సల్మా వెనుకున్న గ్రుడ్డి వెలుతురిని తరచి తరచి వెతుకుతున్నై. ఇదేమీ పట్టని సల్మా తలుపు తోసుకుని లోపలి వేచ్చేసింది. వచ్చీ రాగానే

“బాబీ .. టీవీ పెట్టు.. టీవీ పెట్టు .. టీవీ లో...” అంటూ ఇంకా ఏదో అనబోతుండగా ధడేల్ మంటూ మూసుకున్న తలుపు శబ్దం విని ఉలిక్కిపడి వెనక్కు చూసింది సల్మా. ఎదురుగా షమ్మి. చలువదనాన్నిచ్చే చుర్మా, షమ్మి కళ్ళపై ఏమాత్రం ప్రభావం

చూపలేక పోతోంది. పైగా నల్లటి పాశంలా షమ్మి చేతిలో ఆ పిస్టల్ ఆమెలో మరింత భయాన్ని పెంచింది.

తలుపుకు గడియ పెట్టి స్థాణుపై నిలిచి చూస్తున్న సల్మా భుజంపై చేయివేసి లోపలి తీసుకెళ్ళింది షాహీనా. వెనుదిరిగి షమ్మీ వైపే చూస్తూ వెళుతున్న సల్మాకు జహీర్ ఉన్న గదినుండి మూలుగులాంటి శబ్దం రావడంతో చూపు మరల్చి "బాబీ .. ఎలాఉంది జహీర్ కు.." అంటూ అటువైపు అడుగులు వేసింది.

జహీర్ అప్పుడే మంచం దిగి తన మొలకు కట్టిన వస్త్రాన్ని సరిచేసుకుంటూ కనిపించాడు వాళ్ళకు.

"అరెరే .. ఎందుకు దిగావ్ రా .. నన్ను పిలిస్తే నేనొస్తాకదా" అంటూ సరిచేయబోయింది షాహీన.

వాళ్ళ వెనుకాలే వచ్చి నిలుచున్న బాబాయి షమ్మిని చూసేసరికి ఎక్కడలేని ఉత్సాహం వచ్చేసింది జహీర్ కు. ఒక్క ఉదుటున సరిచేస్తున్న షాహీనాను వదిలి

"చాచా!! ఎపుడోచ్చావ్" అంటూ షమ్మి నడుముని వాటేసుకున్నాడు జహీర్..

జహీర్ ను ఎత్తుకుని ముద్దాడి మంచం మీద కూర్చోబెట్టుకున్నాడు షమ్మి.

"చాచా .. నన్ను నీతోబాటు ముంబాయి తీసుకుపో .. నేనిక్కడ ఉండను .. నీ దగ్గరే స్కూల్లో చేరుతా.." మాట నీరసంగా వస్తున్నా మాట్లాడటం ఆపలేదు జహీర్

"ఇక్కడసలేమీ నచ్చట్లేదు..."

ఏం అన్నట్టుగా చూశాడు షమ్మి.

"వాసు నాతో పలకట్లేదు.." ఋంగమూతి పెట్టాడు జహీర్.

"రేయ్... గమ్మగా పడుకో .. ఇందాకంతా నీరసంగా ఉందన్నావు కదా.." అంటూ కసిరింది షాహీనా.

"ఉండు సల్మా! కొంచెం జావ పెట్టుకుని వస్తా..." అంటూ లోపలి వెళ్ళిపోయింది షాహీనా.

"సరే బాబి నేనూ వెళతా ఇంటికి...." అంటూ పైకి లేవబోయింది సల్మా.

"ఆగు సల్మా బెహెన్ .. నీతో కాస్త పనుంది.." అజ్ఞాపనగా అన్నాడు షమ్మి.

షమ్మి చూపులో కరుకుదనం చూసి లేవబోయిన దానిలా అలానే కూర్చుండి పోయింది సల్మా.

"చెప్పు బెహన్ .. ఏమైంది వీడికి..." జహీర్ వైపు చూస్తూ అడిగాడు షమ్మి

“వీడికి నిన్నటినుండి జ్వరం. ఏం తిన్నా వాంతి చేసుకుంటున్నాడు.”

“డాక్టర్ కి చూపించలేదా..”

“చూపించాం .. ఓ సెలైన్ కూడా పెట్టారు .. కొన్ని మందులు రాసిచ్చాడు .. వేస్తూనే ఉన్నాం .. కానీ తగ్గట్లే.”

“సల్మా! దీన్ని కాస్త చల్లారుస్తూ ఉండు. వీడికి కాసిని మంచినీళ్ళు తీసుకు వస్తా” అంటూ మసిగుడ్డతో ఉన్న గిన్నెను సల్మా చేతికిచ్చి లోపలి వెళ్లి పోయింది షాహీనా.

“జీజు లేడా” అడిగాడు జావాను చల్లార్చుతున్న సల్మాను.

“లేదు. డ్యూటీ కెళ్ళాడు..” జావను చల్లార్చే పనిలో నిమగ్నమైపోయింది సల్మా.

జహీర్ కి జావను స్పూన్ తో అందించ బోతుంటే జావ గిన్నెను తనే తీసుకున్నాడు షమ్మి.

స్పూన్ తో కొంచెం కొంచెంగా నోటికి అందిస్తోంటే కిక్కురుమనకుండా తింటున్న జహీర్ ను చిత్రంగా చూడసాగారిద్దరూ. అంత వరకు కొంచెం ఆహారం లోపలి వెళితేనే వాంతి చేసుకునేవాడు ఇపుడు ఇష్టంగా తింటున్నాడు.

“షమ్మి నువ్వుకూడా ఏదైనా తినురా తీసుకొస్తాను.సల్మా నువ్వుకూడా..” అంటూ అక్కడనుండి కదలబోతుంటే లేచి షాహీనా వెంట నడిచింది సల్మా.

“బాబీ! నేనాల్రేడి తినేశాను ..నాకేమీ వద్దు. నేను ఇంటికి వెళతా..” అంటూ బ్రతిమాలుతూ వెంటపడింది సల్మా.

“ఉండవే .. ఇదిగో ఈ టాబ్లెట్లు జహీరుకి వేయి” అంటూ టీవీ స్టాండ్ పై ఉన్న కవర్ చేతికిచ్చింది షాహీనా.

“లేదు బాబి .. ఆయనొచ్చే వేళయింది .. నే వెళ్ళాలి” అంటూ ఆ కవర్ ను షమ్మి చేతిలో పెట్టబోయింది.చటుక్కున సల్మా చేయి పట్టుకున్నాడు షమ్మి.

“బెహెన్! నువ్వెళ్ళడానికి వీల్లేదు” షమ్మి లోగొంతులో కరుకుదనం హెచ్చింది.

“జీజాకు ఏదో ఒకటి చెప్పేయ్.. జహీరుకి ఒంట్లో బాగా లేదు ఇక్కడే ఉంటున్నానని చెప్పేయ్.” అంటుండగానే మ్రోగింది షాహీనా సెల్ ఫోన్ .. ఆ కాల్ మళ్ళీ కరీనా నుండే..

ఇక ఎటువంటి ఆలోచనా లేకుండా పిస్టల్ చేతిలోకి తీసుకున్నాడు షమ్మి. సల్మా చేతిని వెనుకకు మెలిపెడుతూ సల్మా కణతకు గురిపెట్టాడు తన చేతిలోని పిస్టల్ను. అనుకోని ఈ సంఘటనకు నిర్ఘాంతపోయింది సల్మా. ఫోన్ రింగవుతూనే ఉంది.

"తీసుకో ఫోన్ .. కరీనాకు నేను చెప్పినట్టు చెప్పు. అది అడిగితె ఇక్కడకు నేను రాలేదని చెప్పు. ఊ.." అంటూ హుంకరించాడు షమ్మి.

గుండెదడతో చేతులు వణుకుతుంటే ఫోన్ చేతిలోకి తీసుకుని ఆన్ చేసింది సల్మా.

"హలో .. అక్కా .. షమ్మి ఏమైనా ఫోన్ చేశాడా... హలో .. హలో.." ఫోన్ లో అవతలవైపు కరీనా గొంతులో ఆదుర్దా స్పష్టంగా వినిపిస్తోంది సల్మాకు.

"చెప్పు.." పళ్ళు బిగబట్టి కళ్ళురిమాడు షమ్మి.

సల్మా తడబడుతూ "హ .. హలో.. కరీనా నేనూ.. సల్మాను .. బాబి స్నానానికి వెళ్ళింది ...ఎలా ఉన్నావ్ ...బాబి వచ్చాక ఫోన్ చేయించేదా.." తప్పించుకో జూసింది సల్మా.

షమ్మి పిస్టల్ ను సల్మా కణతకు మరింత నొక్కి పెట్టేసరికి "కరీనా .. ఏం....ఏం చెప్పమంటావ్ బాబికి.."

"షాహీనా బహెన్ దగ్గరకు వెళ్లి షమ్మి ఏమైనా ఫోన్ చేశాడో అడుగు నేను లైన్లో ఉంటా.."

"ఆ .. ఆ.. అదేంటి ... నువ్వు షమ్మి కలిసే కాదా వెళ్లారు"

"నీళ్ళ కోసమని దిగాడు .. నెక్స్ట్ స్టేషన్ లో వస్తాడేమోనని చూశా .. పూణే వరకు వచ్చినా నన్ను కలుసుకోలేదు.."

"ట్రైన్ మిస్ అయి ఉంటాదేమోనే.. నెక్స్ట్ ట్రైన్ కి వచ్చేస్తాడులే...." షమ్మి గుసగుసగా చెబుతోంటే వల్లెవేస్తోంది సల్మా. "నువ్వు జాగ్రత్త .. జాగ్రత్తగా ఇంటికెళ్ళు.. షమ్మి వచ్చేస్తాడ్లె.. మీ షమ్మి ఏమైనా చిన్న పిల్లాడా.. తానే ఓ చిన్న పిల్లాడికి తండ్రి కాబోతున్నాడు.. నువ్వేం హైరానా పడకు.."

షమ్మి చేతిలో సల్మా పడుతున్న అవస్థ చూసి కోపం నషాళానికెక్కింది అప్పుడే అక్కడకు వచ్చిన షాహీనాకు. చేతిలోని ప్లేట్ లను టీపాయ్ మీద పడవేసి ఒక్క ఉదుటున చేరుకుంది షమ్మి దగ్గరకు.

"ఏం చేస్తున్నావురా నువ్వు" అంటూ షమ్మి పట్టునుండి సల్మాను విడిపించింది.కోపంగా చూస్తూ

"బుద్ధి లేని వెధవ" అంటూ .. సల్మా చేతిలోని ఫోన్ ని అందుకుంది. పులినుండి తప్పించుకున్న లేడిపిల్లలా షాహీనా వెనుకచేరి బిక్కచచ్చి చూస్తోంది సల్మా.

ఫోన్ లో అదేపనిగా అడుగుతున్న కరీనాతో, షమ్మి ఫోన్ చేయలేదని ..ఖరాఖండిగా చెప్పి .. షమ్మి ఎలాగైనా

చేరుకుంటాడనే ధైర్యం చెప్పి ఫోన్ కట్ చేసింది. షమ్మిని ఏవగింపుగా చూస్తూ సల్మాను లోపలి తీసుకెళ్ళింది షాహీనా.

***

"మాఫ్ కరో సల్మా .. ముజే మాఫ్ కరో.." ఏడుపుతో కూడిన గొంతుతో సల్మా చేతులు పట్టుకుని పదేపదే వేడుకొంటోంది షాహీనా.

"అయ్యో వదినా .. ఎన్నిసార్లు చెబుతావ్ ...ఊరుకో... ఇక ఊరుకో.." అంటూ సముదాయిస్తోంది సల్మా.

"ఇలా అవుతాడని అనుకోలేదమ్మా..బాగా చదువుకున్నాడు.. పైగా మంచి దైవభక్తి ఉన్నవాడనుకున్నా. కానీ ఇలా జరుగుతుందనుకోలేదు.." షాహీనా మాట్లాడే కొద్దీ గొంతు ఏడుపుతో పూడుకు పోతోంది.

"నీకు తెలీదు సల్మా .. నేను కాపరానికి వచ్చే నాటికి షమ్మి చాలా చిన్నపిల్లాడు .. మాకు ఏండ్ల తరబడి పిల్లలు కలగకున్నా నేనంతగా బాధపడలేదు .. షమ్మినే నా కొడుకనుకున్నా .. జహీర్ పుట్టిన తర్వాత మాకూ జహీరుకు ఎంతో అండగా ఉంటాడనుకున్నా... ఇంటికి పెద్దబిడ్డ అవుతాడనుకున్నా.. ఇలా జరుగుతుందని కలలో కూడా అనుకోలేదు సల్మా. అస్సలు .. అస్సలు ...ఇప్పటి షమ్మిని చూస్తోంటే నాకే నమ్మబుద్దేయడం

లేదు .. మనిషిని చంపేంత కిరాతకుడా వాడు ...వాడ్ని పెంచిన ఈ చేతులు మంచివికాదు సల్మా .. మంచివి కావు" అంటూ ముఖమ్మీద చేతులతో కొట్టుకుంటూ ఏడ్వసాగింది షాహీనా.

"ఛ ఛ ... అదేమీ కాదు ... ఊరుకో వదినా. షమ్మి కూడా తెలియక అందులో ఇరుక్కుని పోయుంటాడు .. లేకపోతె నీసంగతి షమ్మి సంగతి నాకు తెలీదా చెప్పు. అదేదో తప్పుడు న్యూస్ అయుంటది. నువ్వూరుకో..." అంటూ సముదాయించ చూసింది సల్మా.

"వదినా. ఏమైనా తిన్నావా లేదా." అంది సల్మా షాహీనా మొహంపై కప్పుకున్న చేతులను తీస్తూ

"తిన్నాలేవే .. ముందు నువ్వు తిను" అంటూ కళ్ళు తుడుచుకుంటూ పైకి లేవబోయింది షాహీనా

"ఏం తిన్నారూ. మీ వాలకం చూస్తోంటే... నాకలా అనిపించడం లేదు. ముందు భయ్యాకు పెట్టు" అంటూ హాల్లోకెళ్ళి ప్లేట్లను తీసుకొచ్చింది సల్మా.

"వదినా. షమ్మి లేడే హాల్లో?!..."

"జహీర్ తో ఉన్నాడేమో. చూడలేక పోయావా"

ఇదివరకు జరిగిన సంఘటనను తలచుకుని "అమ్మో! నావల్లకాదు" అంటూ షాహీనా ఇచ్చిన హాట్ బాక్స్ లను తీసుకుని వెళ్ళింది మక్రం గదికి.

సల్మా వచ్చిన అలికిడితో అప్పటిదాకా మగతగా కళ్ళుమూసుకుని పడుకుని ఉన్న మక్రం లేచి కూర్చున్నాడు.

"ఏంటి సల్మా అది ... ఇపుడివేమీ వద్దమ్మా.. ఆకలిగా లేదు. షాహీనా ఎక్కడికెళ్ళింది నువ్వు తీసుకోచ్చావ్."

"బాభి వంటగదిలో ఉంది .. ఏదైనా తిను భయ్యా. అసలే షుగర్ పేషంట్ వి ...మరీ నీరసపడిపోతావ్."

"ఉహూ ..వద్దమ్మా .. మీవదినని ఓ గ్లాసుడు మజ్జిగ తెమ్మను చాలు. బాగా ప్రొద్దుపోయింది నువ్వుకూడా ఏదైనా తిని త్వరగా ఇంటికెళ్ళు .. పీరా వచ్చే టైమైయింది.."

"వెళతాన్లే భయ్యా. నువ్వు ముందు ఎదో ఒకటి తిను.." అంటూ వడ్డించిన ప్లేటును చేతికందివ్వబోతోంటే జహీర్ చేసుకుంటున్న వాంతులతో పాటు ఆదుర్దాగా పిలుస్తున్న షమ్మి పిలుపువిని పరుగెత్తారు అందరూ హాల్లోకి.

తిన్నదంతా వాంతిచేసుకున్నాడు జహీర్. కడుపు ఖాళీ అవడము వల్లనేమో బాగా నీరసించి ఉన్నాడు

చేతిలో ఉన్న మందుల ప్యాకెట్ ప్రక్కన పెట్టి జహీర్ మూతి తుడిచి నీళ్ళు త్రావించ సాగాడు షమ్మి. వేసుకున్న మందు బిళ్ళలు ఆ వాంతిలోనే పడిపోయాయి. జహీర్ నీరసంతో కళ్ళు తిరిగి క్రిందకు పడిపోతుంటే ఎత్తుకుని మంచమ్మీద పడుకోపెట్టాడు. షాహీనాకు ఏమీ పాలుపోవడం లేదు. తడిగుడ్డతో జహీర్ ముఖం తుడవసాగింది. బాగా నీరసంతో మూలుగుతున్నాడు జహీర్. రెండు రోజులనుండి ఇదే వరుస. తిన్నది తిన్నట్టుగా కక్కేస్తున్నాడు ..బాగా నీరసంగా ఉంటె సెలైన్ కట్టించడం తప్ప జహీర్ కడుపులోకి ఏ కొంచెం ఆహారం కూడా పంపలేకుంది. క్రింద పడ్డ వాంతిని శుభ్రం చేయసాగింది సల్మా. బట్టలను శుభ్రం చేసుకోవడానికి వాష్ బేసిన్ దగ్గరకు వెళ్ళాడు షమ్మి.

జహీర్ పరిస్థితి చూసి ఒక నిర్ణయానికి వచ్చిన దానిలాగా ఫోన్ తీసుకుని డాక్టర్ కు డైల్ చేయసాగింది షాహీనా.

ఎలా వచ్చాడో షమ్మి ఒక్క ఉదుటున వచ్చి షహీన ఫోన్ ని లాక్కున్నాడు. “ఎవరికీ వదినా” అంటూ ఆదుర్దాగా అడిగాడు.

ఏడుపు కోపం రెండూ ఒక్కసారిగా ముంచుకొచ్చాయి షాహీనాకు.

రింగవుతున్న ఫోన్ ని తన చాతికి ఆన్చి ఎవరికీ అన్నట్టుగా చూడసాగాడు షమ్మి షాహీనావైపు. కోపంతో విసురుగా లాక్కుంది షాహీనా షమ్మి చేతిలోనుండి ఫోన్ ని.

రింగవుతున్న ఫోన్ ను డాక్టర్ లిఫ్ట్ చేయకపోవడంతో ఉసూరుమనిపోయి చేతిలోని ఫోన్ ను సోఫా లోకి గిరాటేసి వంటింటిలోకి దారితీసింది షాహీనా అంతకు ముందే కలిపిపెట్టుకున్న ORS వాటర్ తీసుకురావడానికి.

షమ్మి ప్రవర్తనతో తలపట్టుకు కూర్చున్నాడు మక్రం.

జహీర్ షాహీనా తెచ్చిన ORS వాటర్ ను కొద్దిగా త్రాగి ఇక సహించకపోయేసరికి ఇక వద్దన్నట్టుగా మారం చేయసాగాడు.

"భయ్యా! మీరొకసారి కాల్ చేయండి డాక్టర్ కి .. ఉంటే మనలో ఎవరోఒకర్లం జహీర్ ను తీసుకెళదాం .. మరీ అంత నీరసంగా ఉంటే ఎలా" ఆశుబ్రాన్నంతా చేటలోకి ఎత్తిపోస్తూ అంది సల్మా షమ్మి అవస్థను అర్ధం చేసుకున్నదానిలా.

క్రమంగా దగ్గరవుతున్న పోలీస్ పెట్రోలింగ్ సైరన్ కు చెమటలు పడుతున్న షమ్మి వైపు చూసి మిన్నకుండిపోయాడు మక్రం.

మారాం చేస్తున్న జహీర్ ను ఆపలేక అక్కడినుండి తీసుకెళ్ళడానికి ఉద్యుక్తురాలయ్యింది షాహీనా.

చెమటలు తుడుచుకుంటూ లోగొంతుకతో మెల్లగా "బాబీ! జహీర్ నాదగ్గర పడుకుంటాడ్లె," అంటూ షహీన ఎత్తుకున్న జహీర్ ను తీసుకోవడానికి ప్రత్నించాడు షమ్మి.

ఒక్కసారి కోపంగా చూసి షమ్మిని తప్పుకునే ప్రయత్నంలో ఆ ప్రక్కనే ఉన్న మెటల్ ఫ్లవర్ వాజ్ తగిలి క్రిందపడి పెద్దగా శబ్దం చేయసాగింది. దగ్గరగా వచ్చిన పోలీస్ పెట్రోలింగ్ వెహికల్ సైరన్ తో కలిసి మరింత వికృతంగా మారసాగింది ఆ శబ్దం.

వెహికల్ సైరన్ తో వేగంగా కొట్టుకుంటున్న షమ్మి గుండె, తలుపు ఎవరో కొడుతున్న శబ్దంతో మరింత వేగంగా పరుగెత్తసాగింది. ఆ పరుగులో తనకెదురు వచ్చిన సల్మాను కూడా చూసుకోలేదు షమ్మి. ఆమెను ఉన్నఫళంగా డీకొట్టి రూమ్ లోకి వెళ్లి తలుపేసుకున్నాడు.

క్రిందపడ్డ సల్మా మెల్లగా పైకి లేస్తూ అంతవరకూ శుబ్రం చేసిన నేలంతా మళ్ళీ శుబ్రం చేయాల్సిరావడంతో అసహనంగా నడుముమీద చేతులు వేసుకుని చూస్తుండిపోయింది నేల వంక. తలుపు కొడుతున్న చప్పుడు మరింత హెచ్చడంతో ఆ వచ్చింది ఎవరో మక్రంకు ఇట్టే అర్ధమైపోయింది. షాహీనా వైపు, గుమ్మం వైపు మార్చిమార్చి చూస్తూ వెళ్లి తలుపు తీశాడు మక్రం.

ఎదురుగా ఓ పోలీస్ కానిస్టేబుల్.

"ఏంటీ... ఏంటా శబ్దం" అంటూ లోపలి రాసాగాడు కానిస్టేబుల్.

"నమస్తే సార్ .. అదీ... ఆ ఫ్లవర్ వాజ్ చేయితగిలి క్రింద పడిపోయింది .. నేల క్లీన్ చేస్తోంటే" లేని నవ్వును తెచ్చి పెట్టుకుని "ఏం సల్మా .. జాగ్రత్తగా కదా .. ఇపుడు డబల్ పనైయింది.." అంటూ నసిగాడు మక్రం.

కానిస్టేబుల్ ఇవేమీ పట్టించుకోకుండా గది మొత్తం కలయచూడసాగాడు..

"అయినా .. ఇంతరాత్రి ఏమిటి .. లైట్లు వేసుకుని.." కాసింత అనుమానంగా అడిగాడు కానిస్టేబుల్.

"ఓ .. అదా ఉన్నట్టుండి మా వాడికి వాంతులైతేనూ.." అంటుండగానే షమ్మి గది వైపు అడుగులు వేయబోతూ షాహీనా భుజం పై తలవాల్చి పడుకున్న జహీర్ ను పరిశీలనగా చూడసాగాడు కానిస్టేబుల్.

"మందులేమైనా వేసేరా?.." గుమ్మం వైపు మరలుతూ అడిగాడు కానిస్టేబుల్.

వేశామన్నట్టుగా తలాడించింది షాహీనా.

మక్రం ఊపిరి పీల్చుకునేలోపే ఆ కానిస్టేబుల్ మళ్ళీ వెనుతిరిగాడు.

“మీ పేరేంటి” అలవోకగా అడిగాడు కానిస్టేబుల్.

“మక్రం సార్. లోకో పైలెట్ ని” కానిస్టేబుల్ కు దగ్గరగా జరుగుతూ బదులిచ్చాడు మక్రం.

“జాగ్రత్త సార్. ప్రక్క కాలనీలో నిన్న దొంగలు పడ్డారు .. ఇంత రాత్రి పూట లైటు లెలుగుతూ శబ్దం వచ్చేసరికి డౌట్ వచ్చింది .. ప్రోబ్లం ఏమీ లేదుకదా” అంటూ గుమ్మం దాటిన కానిస్టేబుల్ మళ్ళీ గుమ్మం వైపు రాసాగాడు.

షమ్మి తలుపు తీసుకుని వచ్చాడేమోనని ఓసారి అటు చూశాడు మక్రం. తలుపులు అలానే వేసి ఉండడంతో ఊపిరి పీల్చుకున్నాడు ..

“సార్ సార్” అంటూ కానిస్టేబుల్ వైపు కదిలాడు మక్రం.

“పిల్లవాడు బాగానే ఉన్నాడు కదా.. హాస్పిటల్ కు ఏమైనా వెళ్ళాలంటే చెప్పండి. మా వెహికల్ ఉంది. తీసుకు వెళదాం” అన్నాడు కానిస్టేబుల్.

జహీర్ ఉన్న పరిస్థితికి ఇంత మంచి అవకాశం వచ్చినా అందుకోలేని అశక్తత మక్రంకి తనమీద తనకే కోపం వచ్చింది. ఇక షాహీనాకైతే ఏడుపు అమాంతంగా ముంచుకొచ్చింది. బయటపడలేని పరిస్థితి.

రెండు చేతులెత్తి నమస్కరించి ధన్యవాదాలు చెబుతూ ఆ అవసరం లేదని చెప్పి తలుపులేసుకున్నాడు మక్రం.

"సల్మా! ఇక నేను క్లీన్ చేసుకుంటాలే .. నువ్వక ఇంటికెళ్ళిపో" అంది షాహీనా మక్రం గదివైపు దారితీస్తూ..

"ఇది క్లీన్ చేసి...." అంటూ సల్మా అప్పుడే తలుపుతీసి చేతిలో పిస్టల్ పట్టుకుని వచ్చిన షమ్మిని చూసి ఆగిపోయింది.

"రారా పిరికి యోధుడా! పోలీసోళ్ళు వెళ్ళిపోయార్లె. ఇక ప్రశాంతంగా పడుకో" ఏవగింపుగా అన్నాడు మక్రం.

దాచుకున్న భయంతో దాక్కున్న షమ్మి, పిరికివాడనే పదంతో సంభోదించేసరికి ఉక్రోషంతో ఉడికిపోయాడు.

"నాదీ పిరికితనం కాదు భయ్యా. నేను పట్టుపడితే.. మా జీహాదీల పరిస్థితులేమిటో నాకు బాగా తెలుసు. నా ఈ జీహాదీ కోసం చావడానికైనా సిద్దపడ్డ వాణ్ణి.. ఇదిగో ఇది చూశావా??. ఇదే సైనేడ్ కాప్సుల్. నా బలిదానం జీహాదీలో ఓ భాగమే ..ఈ అవకాశం కేవలం ఓ యోధుడికి దక్కుతుంది..." చెప్పుకుపోతున్నాడు షమ్మి.

మక్రం ఇవేమీ పట్టించుకోకుండా

"అమ్మా సల్మా! నువ్వీరోజుకి ఇక్కడే షాహీనా దగ్గర పడుకో. పీరాకు ఎదో ఒకటి చెబుతాలే .... అటుచూడు .. వాడి వాలకం చూడు". అంటూ షమ్మి వైపు చూస్తూ "ఆ భయానికే సగం చచ్చేటట్టున్నాడు... పిస్టల్ పట్టుకున్న వాడి చేతిని చూడు ...ఎలా వణుకుతుందో. పిరికివెధవ!!" అని తిట్టుకుంటూ సోఫా లో విశ్రమించాడు.

***

చీకటి.... కళ్ళు మూసుకున్నా తెరిచినా. ఇప్పటిదాకా వెలుతురు నుండి దాక్కోవాలనుకున్న షమ్మి ఇపుడు చీకటిని చూసి కలవరపడుతున్నాడు. చీకటితో చెట్టపట్టాలేసుకుని ధైర్యంగా తిరుగుతున్న నిశ్శబ్దం కూడా ఓ చిన్న అలికిడికే ఉలిక్కి పడుతోంది. వెలుతురులో కనబడే శత్రువు చీకటిలో ఏ మూల నక్కి ఉన్నాడనే భయం అంతకంతకు ఎక్కువవసాగింది షమ్మి లో. బెడ్ లైట్ కాంతిని నమ్మలేక మెయిన్ లైట్ ను వేసుకున్నాడు.

మంచం పై వెల్లికిలా పడుకున్న షమ్మికి ఆ లైట్ వెలుతురులో అన్నీ కనిపిస్తున్నై.తను బాల్యంలో తన వదిన ఒడిలో తలవాల్చి పడుకున్న దృశ్యాలు ... జహీర్ తో తన ముద్దు ముచ్చట్లు, సరదాగా తన భాయి జాన్ తో స్కూటీ మీద షికార్లు ..కరీనాతో తన ప్రేమ వ్యవహారాలూ.

తలచుకుంటూ కళ్ళుమూసుకున్నాడు షమ్మి.

కమ్ముకున్న చీకటిలో అంతా మాయమైయిపోయింది .. భరించలేక వెంటనే కళ్ళు తెరిచేశాడు.

నిజమే ..ఇపుడవి తలచుకుంటే షమ్మి తనకు తానే పరయివాడనిపిస్తున్నాడు. తనకేదైనా కావాలనిపిస్తే తన వదినసే అడిగేవాడు.ఆమె తనను ఏదడిగినా క్షణాల్లో తెచ్చిచ్చేవాడు. అలాంటిది తన వదిన చేతిలోని ఫోన్ ని లాక్కోవడం .. తలచుకుంటేనే తన మీద తనకు ఏవగింపుగా ఉంది. జహీర్ పసికందుగా ఉన్నపుడు ఎన్నిసార్లు తన భుజాలమీద ఎత్తుకుని తన వదినకంటే ముందు డాక్టర్ దగ్గరకు పరుగెత్తాడో .. కానీ జహీర్ ఇపుడు ఆ పరిస్థితుల్లో ఉంటె కనీసం డాక్టర్ కే ఫోన్ చేయొద్దన్న కాఠిన్యం తనకెలా వచ్చింది ...తెలియట్లేదు ..భాయీ జాన్ అంటే భయపడే తను ఇపుడు అతని కళ్ళముందే పిస్టల్ పట్టుకు తిరగడం.నిజంగా తనకు తాను కాకుండా పోయాడనిపిస్తోంది.. కాకపోతే?!!... ప్రాణంగా ప్రేమించిన కరీనాను ఈస్థితిలో ఎంతో అపురూపంగా చూసుకోవాల్సిందిపోయి నిర్ధాక్షిణ్యంగా ఒంటరిగా ట్రైన్లో వదిలేసి రావడం ...అంతవరకూ తనేం చేస్తున్నాడో స్పష్టత ఉందనుకున్న షమ్మి ఇపుడు తన అస్తిత్వం కోసం పోరాడుతున్నాడు. మనసంతా ఆలోచనల ఇసుక తుఫానులో కొట్టుమిట్టాడుతున్న ఎడారిలా మారింది. ఒళ్ళంతా

ఎవరో సూదులతో గ్రుచ్చినట్టు, మండుటెండతో తనను కాల్చి వేస్తున్నట్టు అనిపించసాగింది. నిద్ర పట్టట్లేదు.

ఇంతలో నిద్ర పట్టని మనసును తట్టి లేపుతున్నట్టుగా తన వదిన గొంతు హీనంగా వినిపించింది. చివాల్న పైకి లేచి కూర్చున్నాడు షమ్మి. తన వదిన భాయీ జాన్ తో ఏం మాట్లాడుతోందో తెలియట్లేదు గానీ

"జహీర్ కనబడటం లేదు..." అన్న మాట మాత్రం స్పష్టంగా వినిపించింది.

మంచం దిగి మక్రంను చేరుకున్నాడు షమ్మి.

ఇల్లంతా వెతికానని, ఎక్కడా కనబడటం లేదని చెప్పుకొచ్చింది షాహీనా.

"బాత్ రూమ్ కేమైనా వెళ్ళాడెమో బాభీ...." అని షమ్మి అంటుండగానే ..

"బాబీ .. దొడ్డివాకిలి తలుపు తీసుంది..." అంటూ దూసుకొచ్చింది సమాధానం సల్మా లాగే.

క్షణం ఆలస్యం చేయలేదు మక్రం. వెంటనే టార్చ్ అందుకుని దొడ్డి గుమ్మం వైపు అడుగులు వేశాడు. అతన్ని అనుసరించింది సల్మా తన సెల్ ఫోన్ లో టార్చ్ వెలిగించుకుని.

"బలరాం ఇంటికేమైనా పోయుంటాడెమో" అంటూ ఆ ఆలోచన రాగానే తనూ ఓ లాంతరు తీసుకుంది షాహీనా.

తనూ రావడానికి ఉద్యుక్తుడయ్యాడు షమ్మి.

"వద్దు బాబు .. నీకు నమస్కారం చేస్తా .. నిన్ను కూడా వెతుక్కునే ఓపిక నాకు లేదు. ఇక్కడే ఉండు. అదే నువ్వు నాకు చేసే సాయం." అంటూ చీకటిని తోసుకుంటూ బలరాం ఇంటివైపు దారితీసింది షాహీనా.

బలరాం కూడా రైల్వే డిపార్ట్మెంట్ లో ఓ గ్యాంగ్ మాన్ ... ఇటు ఉద్యోగంతో పాటు కొన్ని జీవాల్ని పెంచుకుంటూ తన కుటుంబాన్ని నెట్టుకొస్తున్నాడు. జహీర్, బలరాం కొడుకు వాసు మంచి స్నేహితులు. పైగా ఒకటే స్కూల్ కావడంతో వాళ్ళ మధ్య స్నేహం మరింత బాగా కుదిరింది. ఎప్పుడైనా జహీర్ ఇంటి దగ్గర లేడంటే బలరాం ఇంటిదగ్గరే ఉన్నట్టు లెక్క.

గ్రుడ్డిగా వెలుగుతున్న వీధి దీపాల మధ్యలో ఈ లాంతరు వెలుగు చూసి వీధి కుక్కలు అదే పనిగా మొరగ సాగాయ్.అయినా లెక్క చేయకుండా బలరాం ప్రహరి తడికతీసి .. "బలరామన్నా ... బలరామన్నా.." అంటూ పిలవసాగింది షాహీనా.

తడిక చప్పుడికి అక్కడున్న గొర్రెలు మేకలు కాస్త బెదిరినట్టున్నాయ్ .. అవీ అరవడం మొదలు పెట్టాయి. వాటి అరుపులో షాహీనా గొంతు కొట్టుకుపోయినట్టున్నా .. జీవాల అరుపులు విని బయటకు వచ్చాడు బలరాం. జహీర్ ఇక్కడకు రాలేదని చెప్పడంతో మరింత అందోళనమొదలైయింది షాహీనాలో ..ఆమె కంగారుని గమనించి బలరాం కూడా ఓ టార్చ్ లైట్ తీసుకుని బయలుదేరాడు జహీర్ ను వెతకడానికి.

ఎప్పుడూ వాసు జహీర్ లు మేకలు తీసుకెళ్ళే దారైనా, అది అమావాస్య చీకటేమో?!... లాంతరు వెలుగు దారి చూపడానికి కొట్టుమిట్టాడుతోంది. మధ్య మధ్యలో ముళ్ళ పొదలు షాహీనా భుర్కాకు తగుల్కొని ఆమెను వెనక్కు లాగుతున్నై. అయినా ఆమె చెవులు కాళ్ళు జహీర్ అనవాళ్ళకోసం తెగ ఆరాటపడుతున్నాయ్. ఆరుబయలు ఆ మైదానంలో వీస్తున్న హోరుగాలిలో ఏ చిన్న అలికిడి అయినా అప్రయత్నంగా అటు వైపు సాగుతున్నాయి ఆమె కాళ్ళు. ఆ హోరుగాలిలో ఎదో కీచుదనం క్రమేణా దగ్గరవుతోంటే దారి పిలిచినట్టు వడివడిగా అడుగులేస్తోంది షాహీనా అటువైపే.

బలరాం వేసిన టార్చ్ వెలుతురు దూరంగా ఉన్న ఓ చెట్టు క్రింద కూర్చున్న జహీర్ పై పడేసరికి “మా!!!” అంటూ పెద్దగా ఏడవడం మొదలెట్టాడు జహీర్. ఆ మాటతో క్షణకాలం ఆగి పరుగు

పరుగున వెళ్లి జహీర్ను ఎత్తుకుని గుండెలకు హత్తుకుంది షాహీనా.

“ఎరా బేటా .. ఎందుకోచ్చావురా ఇక్కడికి..” అంటూ జహీర్ ముఖాన్ని ముద్దులతో ముంచెత్తింది షహీన.

“మాఁ .. మేక పిల్ల ఇటు వచ్చింది .. నేనింట్లో పడుకుని ఉంటే మేక పిల్ల నా పక్కనే ఉన్నట్టు అరిచింది. వెదుకుతూ వచ్చా .. నే వచ్చే కొద్దీ అది దూరంగా వెళ్ళింది ..ఇక్కడిదాకా వచ్చా ... చీకట్లో అది అగుపడ్లా .. ఎక్కడుందో తెలియట్లా ... మీరొచ్చేదాకా అరుస్తానే ఉంది. మీరొచ్చిన తర్వాత ఎక్కడికెళ్ళిందో తలీదు .. అరుపులూ లేవు. .. ఇక్కడెక్కడో ఉంటాదమ్మ.. వెతుకుదామమ్మా...” మారం చేయసాగాడు జహీర్ షాహీనా తన భుజం మీద ఎత్తుకుని ఇంటికి తీసుకువస్తోంటే.

“నోర్ముయ్!!. మేకా లేదు గీకా లేదు .. అస్తమానం అదే పాట..నిన్ను వాటితో ఆడుకోనివ్వడమే నేచేసిన పొరబాటు..” అంటూ విసురుగా మంచం మీద పడుకోబెట్టింది షాహీనా.

“ఎక్కడున్నాడు వీడు..” జహీర్ కు దగ్గరగా కూర్చుండి పోయాడు షమ్మి.

“ఇన్ని వాంతులు చేసుకున్నా ఎక్కడనుండి వచ్చిందో వీడికా ఓపిక..” షమ్మిని పట్టించుకోకుండా పక్క సర్దేదాన్లో నిమగ్నమైపోయింది షాహీనా.

"బాబీ ..సల్మా ఏదీ?.." సంకోచంగా అడిగాడు షమ్మి.

విసురుగా చూసింది షాహీనా. ఆమె కళ్ళలో కోపంతో పాటూ విసుగూ బుసలు కొడుతున్నై. ఇంతలో అక్కడికి హడావిడిగా చేరుకున్న సల్మాను చూసి "అది సల్మా రా .. సల్మానే నీలాగా నమ్మకాన్ని వమ్ము చేసేది కాదు.." అంటూ కోపంగా అక్కడనుండి కదిలింది షాహీనా.

"బాబీ .. ఎక్కడున్నాడు వీడు.." జహీర్ ను చూస్తూ అడిగింది అప్పుడే అక్కడకు చేరుకున్న సల్మా.

"వీడు వాసు కలిసి ఆడుకోవడానికి ఎప్పుడూ వెళుతుంటారుకదా ... అక్కడికెళ్ళాడు .. బలరాం కూడా వచ్చాడు వీడ్ని వెదకడానికి ..చివరికి ఆ కొండ వాలున ఓ చెట్టు క్రింద కూర్చుని ఏడుస్తూ కనిపించాడు. బలరాం టార్చ్ వేయకుంటే అట్లానే కుర్చోనుండేవాడు .. మేకపిల్ల కోసం .. మేకపిల్లంట.. మేకపిల్ల!!.. మేకపిల్ల పిచ్చి పట్టుకుంది వీడికి ..ఆ బలరాం..." అంటూ ఇంకేదో చెబుతూ ఎదో తోచిన దానిలా షమ్మి వైపు చూసింది.షమ్మి ముఖంలో క్రమ్ముకుంటున్న ఆందోళన చూసి

"నువ్వేం భయపడకు .. బలరాంకి నీ విషయం చెప్పలా. ఇంటిదాకా వస్తానంటే వద్దని అట్నుండి అటే పంపించేశా.." అంటూ కోపంగా లోపలి వెళ్ళిపోయింది షాహీనా.

"చాచా.. చాచా.." షమ్మిని కదుపుతూ పిలిచాడు జహీర్.

ఏమిటన్నట్టుగా చూశాడు షమ్మి.

"చాచా .. ఈసారీ ... మేకపిల్ల అరిస్తే నాతో కూడా రావా.. మనం కలసి వెదుకుదాం.." మెల్లగా అన్నాడు జహీర్.

"ఏయ్.. ఇక ఆ మేకపిల్ల గోల ఆపవా??..నోర్మోసుకునిరా పడుకుందాం." అంటూ జహీర్ ని లేపి తీసుకెళ్ళడానికి చేతులు చాచింది సల్మా ..వద్దన్నట్టుగా గట్టిగా షమ్మిని పట్టేసుకున్నాడు.

"వద్దులే సల్మా .. వాడు నాదగ్గరే పడుకుంటాడు. అసలీ మేకపిల్ల గొడవేంటి.??" అడిగాడు షమ్మి ఆమె చేతలకు అడ్డు చెబుతూ.

"హు ..ఏం చెప్పమంటావ్.." అంటూ ఇక చేసేది లేక నడుమ్మీద చేతులేసుకుని చెప్పసాగింది.

"మొన్న వీడి ఫంక్షన్ కి ఆ బలరాం దగ్గర జీవాలు కొన్నారుకదా!!... ఆ జీవాల్లో వీడు, వాసు ఆడుకుంటున్న మేకపిల్ల ఒకటుంది. ఆ మేకపిల్లను కోసుకుతిన్నాడని వాసు వీడితో పలకడంలె ..వీడు ఉండబట్టలేక వాడిదగ్గరకు వెళితే .. నా మేకపిల్లని కోసుకుతిన్నావ్. నీతో కటీఫ్ అని చెప్పాడంటా. ఎప్పుడూ తను ఆడుకునే మేకపిల్లను తనే చంపి తినేశాడని వీడి ఫీలింగ్. అది తట్టుకోలేక అప్పటినుండి గొంతులో వేళ్ళుపెట్టుకుని

ఒహాటే వాంతులు చేసుకోవడం ...అప్పటినుండి ఏది తిన్నా వాంతయిపోవడం .. ఇదీ వరస.." ఓ నిట్టుర్పు విడిచి షాహీనా దగ్గరకు వెళ్ళిపోయింది సల్మా.

సల్మా చెబుతోంటే మొదట్లో కొంత నవ్వు తెప్పించినా.. జహీర్ పడే వేదనకు ఆలోచనలో పడ్డాడు షమ్మి. 'ఏదో పసితనం .. వీడికి తెలియచెప్పాలి హలాల్ గురించి' అనుకుంటూ నిద్రలోకి జారుకున్నాడు షమ్మి జహీర్ ప్రక్కనే పడుకుని.

పురిటి నొప్పులకు ముందు సుఖనిద్రపోతున్నట్టు ఉంది ఆ ఇంటి వాతావరణం .. తమలో నిద్రాణమై ఉన్న ఓ మనిషి తమను హఠాత్తుగా తట్టిలేపబోతున్నాడనే విషయం తెలీక ఆదమరిచి నిద్రపోతున్నారందరూ.

లయబద్ధంగా కొట్టుకుంటున్న గుండెకు తోడుగా ఎవరో శృతి కలుపుతూ తన గుండెలమీద తడుతున్నట్టుగా అనిపించింది షమ్మి కి.

మెల్లగా లేచి కూర్చున్నాడు .. తన ప్రక్కనే జహీర్ .. ఏడుపు మొహంతో

"చాచా .. చాచా .. మేకపిల్ల అరుస్తోంది ... మేకపిల్ల అరుస్తోంది.." జహీర్ ఏడుపందుకున్నాడు.

"ఎక్కడ రా.." మగతగా అడిగాడు షమ్మి.

"ఇక్కడ ..ఇక్కడ.." అంటూ తనవేలితో తన పొట్టపైపు చూపిస్తూ దీనంగా చూశాడు జహీర్.

షమ్మి కి నిద్ర మత్తు వదిలిపోయింది. లేచి లైటు వేశాడు.

"ఇపుడు చెప్పు ... ఇంకా అరుస్తోందా." జహీర్ మోహంలో మొహం పెట్టి అడిగాడు షమ్మి.

"ఆ .. ఇంకా అరుస్తోంది .. మళ్ళి మళ్ళి అరుస్తోంది ...ఇక్కడే .. ఇది లోపలే ఉంది చాచా .. అది అరుస్తూనే ఉంది.." జహీర్ కు ఏడుపు అంతకంతకూ ఎక్కువవుతోంది ...

వెంటనే వాటర్ బోటిల్ తీసుకుని జహీర్ ముఖం కడిగాడు.. నీళ్ళు త్రావిస్తోంటే ఇక వద్దన్నట్టుగా ప్రక్కకు నెట్టి

"చాచా! చాచా!!... ఇది కోసి ..ఆ మేక పిల్లను తీసైవా ...తీసైవా చాచా.. తీసైవా....." షమ్మిని కుదిపేస్తూ వేడుకుంటున్నాడు జహీర్.

షమ్మి కి ఏమీ పాలుపోవడం లేదు .. బిర్యాని తినడం ఇదే మొదటి సారి కాదు జహీర్ కి. ఇంకా చెప్పాలంటే చాలా ఇష్టంగా తినేవాడు. తను ఎప్పుడైనా హలాల్ చేస్తూ కోడ్ని కోసేటపుడు తనే కోడి నోట్లో నీళ్ళు పోసేవాడు .. ఇక వీడికి హలాల్ గురించి చెప్పి లాభం లేదు. ఎలా? ఎలా ఏమార్చాలి వీడ్ని..

జహీర్ కంటే మరింత గట్టిగా కుదిపేస్తోంది మనసు. ఏమీ తోచడం లేదు .. విసుగెత్తిపోతోంది..

"అపురా!! ఆపు!!!.అదేమీ లేదు." జహీర్ చేతులు విదిలించి కొడుతూ అరిచేశాడు షమ్మి.

ఏడుపు ఆపి బిత్తరపోయి చూడసాగాడు జహీర్. ఇంట్లో వాళ్ళందరూ వచ్చి చేరారక్కడికి ఆ అరుపుకి.

"నువ్వొక్కడివేనా తిన్నది ..మేమంతా తినలేదా ... అంత చిన్నపిల్ల ... ఎంతమందికి సరిపోతుందిరా ..దీంతో పాటు రెండు పొట్టేళ్ళను కూడా కోశాం.. అయితే అవి అందరి పొట్టల్లో నుంచి అరవాలికదా ..లేదే.నీకలా అనిపిస్తోంది అంతే!!.. గమ్మున పడుకో.." గదిమాడు షమ్మి.

"లేదు చాచా .. నాకు బాగా తెలుసు. అది ఆ మేక పిల్లే .. నేను వాసు కలసి చాలా సార్లు ఆడుకున్నాం దాంతో. నా భుజం మీద ఎత్తుకుంటే అది భయపడి అరిచేది. అట్టాగే అరుస్తోంది నా పొట్టలోంచి .. తీసై చాచా .. తీసై దాన్ని .. నా పొట్ట కోసి తీసై.. అది భయపడుతోంది లోపల..." ఏడుపుఆపడం లేదు జహీర్.

"జహీర్!! ఇక ఆపు .. ఇక ఆపు ...నీకా మేకపిల్లను పెట్టలేదు.. నేనే దాన్ని కోసి తినేశాను .. చాలా?!!"

"లేదు. నువ్వు అబద్దం చెబుతున్నావ్ ... నువ్వు అంతచిన్న పిల్లను కోయలేవ్.. నాకు తెలుసు .. నువ్వు కాదు కోసింది.." ముక్కు ఎగచీదుతూ ఎక్కిళ్ళు పెట్టసాగాడు జహీర్. జహీర్ తనమీద పెట్టుకున్న నమ్మకానికి ఇపుడు తను చేస్తున్న పనులకు తలెక్కడ పెట్టుకోవాలో తెలీడం లేదు. గట్టిగా కళ్ళు మూసుకుని కణతలు నొక్కుకున్నాడు షమ్మి. అంతవరకు తనలో జీహాది మాటున ఘనీభవించిన బాధ మెల్లగా కరగడం ఆరంభించిది ..

"కాదు నేనే కోసాను.." ఏడుపు జీర వినిపిస్తోంది ఆ గొంతుకలో

"చెప్పు బాబీ .. చెప్పు.." తన వదిన వైపు చూస్తూ "నేనో కసాయినని చెప్పు. ఆ మేక పిల్లను నేనే చంపానని చెప్పు .. నేనే తినేశానని చెప్పు.." అలానే నేలపై కూర్చుండిపోయాడు షమ్మి.

"నిజమేనని చెప్పు బాబి.... నాకిది అలవాటేనని చెప్పు ...నేను నమ్మినదానికోసం మొండిగా ఏదైనా చేస్తానని చెప్పు ..ఎంతమందినైనా చంపుతానని చెప్పు .. చెప్పు బాబి చెప్పు.." వేడుకోలు నుండి ఏడుపులోకి మారసాగింది షమ్మి గొంతు.

"చెడ్డవాళ్లను చంపుకుంటూ నేను చేస్తున్న యుద్ధం జీహాద్ కానే కాదు సల్మా ... జీహాద్ అంటే మనలో చెడుపై చేయాల్సిన

యుద్ధం .. నేనసలు యోధుణ్నే కాదు. నిజమైన యోదుడంటే వాడే .. జహీరే .. వాడిపుడు చేస్తున్నది జీహాదే..". అంటూ జహీర్ నుదుటన గట్టిగా ముద్దు పెడుతూ అలానే కాసేపు ఉండిపోయాడు. షమ్మి కన్నీరు కళ్ళకు పెట్టుకున్న చుర్మాతో కలిసి చల్లగా మారి జహీర్ లేత చెక్కిళ్ళపై పడి జాలువారసాగాయి.

తమ పెంపకం, పెట్టుకున్న నమ్మకం వమ్ముకాలేదన్న ఆనందం, తనలోనుండి మరో మనిషి పుట్టుకొస్తోంటే షమ్మి పడుతున్న వేదన అందరికళ్ళలో నీళ్ళు తిరిగేలా చేశాయి.

పైకి లేచి కళ్ళు తుడుచుకున్నాడు షమ్మి..

"వస్తాన్రా.. మీ చాచా ఓ కసాయోడు .. నీ మేక పిల్లను పొట్టను పెట్టుకున్నాడు .. ఇదిగో ఈ పొట్టలో నీ మేకపిల్లే కాదు ... ఎంతో మంది..." ఏడుపును ఆపుకోలేకపోయాడు షమ్మి. ఎవరి కళ్ళలోకీ చూడలేకున్నాడు ... ఇక ఒక్క క్షణం కూడ అక్కడ ఉండలేకపోయాడు.

తల అలాగే దించుకుని వెళ్ళబోతున్న షమ్మిని చేయి పట్టుకుని ఆపింది షాహీనా వద్దన్నట్టుగా.

షమ్మి తలెత్తకుండానే తన రెండూ చేతులు జోడించి "ముజే మాఫ్ కరో మా" అంటూ రెండడుగులు వేసి క్షణకాలం ఆగి తన భాయీ జాన్ వైపు చూస్తూ

"భాయీ జాన్! నేనిపుడూ జీహాదీ కోసమే వెళుతున్నాను .. కానీ ఈ సారి చీకట్లో యుద్ధం చేయడానికి కాదు .. చీకటితోనే యుద్ధం చేయడానికి.." గట్టిగా నిర్ణయించుకున్న వాడిలా అక్కడినుండి కదిలి వెనుతిరిగి చూడకుండా వెళ్ళిపోయాడు షమ్మి.

ఆత్రుతగా షమ్మిని పిలవడానికి వెళ్ళబోయిన షాహీనాను తన రెండు చేతులతో ఆమె భుజం పట్టుకుని ఆపాడు మక్రం.

"ఊరుకో షాహీ .... ఊరుకో .. మతాలన్నీ మానవత్వాన్నే బోధిస్తాయి .. మూర్ఖులు ఈ విష యాన్ని ఎన్నటికీ అర్ధంచేసుకోలేరు. అర్ధమైతే వాడు ప్రవక్త అవుతాడు .. నీ బిడ్డ గురించి నువ్వేం భయపడకు .. వేకువకోసం వెళ్ళే వాడిని ఏ చీకటీ ఏమీ చేయలేదు" అంటూ షమ్మి వెళుతున్న వైపే బేలగా చూస్తున్న షాహీనాను అక్కున చేర్చుకుని తన గుండెలకు హత్తుకున్నాడు మక్రం భాష.

**-:సర్వేజనా సుఖినో భవంతు:-**

# లోపలి మనిషి

"దిష్టిబొమ్మలాగా అలా నిలబడతావేమిరా. అసలేంచేస్తున్నావిక్కడ ... ఒక ఫోన్ లేదు .. పాడు లేదు .. ఫోన్ చేస్తే లిఫ్ట్ చేయవు ... ఎగ్జామ్ ఫీజు కూడా కట్టలేదంట ... పంపిన డబ్బంతా ఏం చేస్తున్నావ్. ఆ ...

పలకవేంట్రా!!" కాస్త విసుగ్గా అన్నాడు చెన్నరాయుడు.

వంచిన తల ఎత్తకుండా అలాగే గోడకానుకొని నిలుచున్నాడు శరత్. నూనూగు మీసాల వయసు పసితనం ఛాయలు ఇంకా వీడలేదు ఆముఖం నుండి. తప్పు చేసిన వాడిలా ముఖం ముడుచుకొని తల ఎత్తడంలేదు. శరత్ జూనియర్ ఇంటర్ చదువుతున్నాడు. టౌన్ లో ఓ రూమ్ తీసుకొని ఓ ఇద్దరు ఫ్రెండ్స్ తో కలసి ఉంటున్నాడు శరత్. కొడుకు ఓ పెద్ద సివిల్ ఇంజనీర్ అయితే తనకున్న కాంట్రాక్ట్ కంపెనీని అప్పగించి బాధ్యత తీర్చేసుకుందామనుకున్నాడు చెన్నరాయుడు. ఎక్సామ్ ఫీజ్ కట్టడంలేదని కాలేజీ ప్రిన్సిపల్ ఫోన్ చేస్తే పరుగున వచ్చాడు కాలేజీకి.

ఇక సతాయించినా వీడు చెప్పేటట్టు లేదు. కొట్టి చెప్పించే వయసూ కాదు. ఇక లాభం లేదనుకొని

"సరే నేను ఎక్జామ్ ఫీజు కట్టిపెడుతున్న. కుదురుగా కూర్చొని చదువు. అవతల నాకు బోలెడంత పనులున్నై" అంటూ అక్కడనుండి కదిలాడు చెన్నరాయుడు. అలా చెప్పడమైతే చేప్పాడు కానీ విషయమేమితో తెలుసుకోకుండా ఇక్కడనుండి పోబుద్ధవలేదు.

శరత్ ఫ్రెండ్స్ తో మాట్లాడాడు చెన్నరాయుడు. ప్రయోజనం లేకుండా పోయింది. అక్కడ ఎవరి లోకం వారిదే. శరత్ రూమ్ మేట్స్ ను అడిగి చూశాడు. "ఏమో అంకుల్. మాతో పాటు కాలేజీకి వస్తాడు. కానీ కాలేజి వదిలినవెంటనే ఎక్కడికో పెడుతున్నాడు. ఎక్కడికంటే ఎవరికీ చెప్పడు.చాలా రోజుల్నుంచీ స్టడీ క్లాస్లకు కూడా రావడంలేదు. మీకు ఫోన్ చేద్దామనుకున్నాను. మీ ఫోన్ నెంబర్ లేక చేయలేదు". లాంటి సమాధానం తప్ప వేరే ప్రయోజనం లేకపోయింది.

చెన్నరాయుడి మనసులో ఎన్నెన్నో ఆలోచనలు. ఛ ఛ ఇలా ఆలోచిస్తున్నానేమిటీ. నా పెంపకంలో ఎటువంటి లోపం ఉండదు. ఎంతో భయభక్తులతో పెంచాడు తను. పిల్లవాడు తప్పు చేసే అవకాశమేలేదు. తాగుడు లాంటి వ్యసనాలు మా ఇంటావంటా లేదు. తనను తాను సర్ది చెప్పుకున్నాడు.

అయితే పిల్లవాడు ఏంచేస్తున్నట్టు ...

చూడాలి!!!. ఊరెళ్లలేదు చెన్నరాయుడు. టౌన్ లోనే ఓ లాడ్జిలో రూమ్ తీసుకొని కాపు కాసేడు. సరిగ్గా కాలేజీ వదిలే సమయానికి కొడుకును అనుసరించాడు.

శరత్ తనసెవరూ చూడడంలేదని నిర్ధానించుకొని, ఓసారి చుట్టుపక్కల చూసుకొని. కాలేజీ చివరి సందులో వడివడిగా వెళ్లిపోయాడు. చెన్నరాయుడు వెళ్ళేలోగా మాయమైపోయాడు శరత్. మరుసటి రోజు కోసం ఎదురుచూస్తూ ఉసూరుమంటూ వెనుతిరిగాడు చెన్నరాయుడు.

పగలంతా కొంట్రాక్ట్ పనులమీద ఇరిగేషన్ డిపార్ట్మెంట్ లో పనిచూసుకొని, సాయంత్రానికల్లా కాలేజీ చేరుకున్నాడు. ఈరోజు కూడా శరత్ దొరకలేదు. ఎటూ దిక్కులు చూడకుండా నేరుగా రూంకి వచ్చేశాడు. తను వెంటడించటం గమనించినట్టున్నాడు. ఇక లాభం లేదనుకొని ఊరికి పయనమైనాడు చెన్నరాయుడు.

* * *

పిల్లవాడి ఎక్జామ్స్ అయిపోయాయి. సీనియర్ ఇంటర్ క్లాస్ లు మొదలౌతున్నాయని ఇంటికి రాలేనని చెప్పాడు శరత్. డబ్బులు కావాలంటే పంపించి తన బిజీలో తనుండిపోయాడు చెన్నరాయుడు. ఉన్నట్టుంది ఓ ఉత్పాతం. బిల్డింగ్ కన్స్టక్షన్ లో ఇద్దరు కూలిలకి మేజర్ యాక్సిడెంట్. హుటాహుటిన టౌన్ లోని

ఓ హాస్పిటల్ కి తీసుకొచ్చాడు చెన్నరాయుడు. అందులో ఒకతను మార్గ మధ్యంలోనే చనిపోయాడు. పోలీసులను మేనేజ్ చేశాడు. వాళ్ళ బంధువులతో మాట్లాడి డబ్బు సెటిల్ చేశాడు. ఐసియూలో ఉన్న అతనికి కొంతడబ్బు అప్పచెప్పి చేతులు దులిపేసుకున్నాడు. హాస్పిటల్ నుండి బయటకు వస్తుండగా కంటపడ్డాడు శరత్. తను వచ్చిన సంగతి తెలుసునేమోననుకున్నాడు. "శరత్!" అని పిలిచాడు. ఉలిక్కి పడ్డాడు శరత్. చేతిలో ఓ క్యారీబ్యాగ్. దాన్ని ఏంచెయ్యాలో తెలీక అటు ఇటు దిక్కులు చూశాడు. దగ్గరి కెళ్ళాడు చెన్నరాయుడు

"ఇక్కడున్నావేమిటిరా, చేతిలో ఆ క్యారీబ్యాగ్ ఏమిటి". చొరవగా దాన్ని చేతిలోకి తీసుకొని చూశాడు. మందులున్నై దానిలో

"ఎవరికిరా ఇవి.."

సమాధానం లేదు..

మళ్ళీ అడిగాడు

"ఇవి... ఇవీ .. మా ఫ్రెండ్ వాళ్ళ తాతయ్యవి. ఇక్కడ హాస్పిటల్ లో ఉంటే ఇచ్చిపోదామని వచ్చా" తడబడుతు చెప్పాడు శరత్.

పిల్లవాడు చెబుతున్నది అబద్ధమని తెలుస్తోంది చెన్నరాయునికి.

“సరే ఇచ్చేసి త్వరగా రా. హోటల్ లో భోంచేసుకొని. ఊరెళ్ళాలి”.

“సరే నాన్న” అంటూ పరుగున లోపలికి వెళ్ళాడు శరత్.

* * *

శరత్ ఎంత త్వరగా లోపలికి వెళ్ళాడో అంత త్వరగా వచ్చేశాడు. కార్లో ఇద్దరూ వెళ్ళి హోటల్లో భోంచేసుకొని, శరత్ ను రూమ్ దగ్గర దిగబెట్టి ఊరెళ్ళిపోయాడు చెన్నరాయుడు. చెన్నరాయుడు బయలుదేరాడేకానీ పిల్లవాడి మీద ఆలోచన కారును ముందుకు పోనివ్వడంలేదు. వెంటనే తిరిగి వచ్చాడు హాస్పిటల్ కి. హాస్పిటల్ లో ఐసియూ దగ్గరున్న సెక్యూరిటిని అడిగాడు. ఇంతకుముందు వచ్చిన పిల్లవాడు ఏ పెషేంట్ దగ్గరకు వెళ్ళాడని. సెక్యూరిటి కాస్త ఆలోచించి గుర్తు తెచ్చుకొని,

“ఓ ఆదా. యాక్సిడెంట్ కేసు. ఆ పిల్లవాడే ఆక్సిడెంట్ చేసింది. ఎవరో దిక్కుమొక్కు లేనివాడు ఆ ముసలాయన. అప్పుచెప్పడానికి ఎవరులేక ఆపిల్లవాడే తంటాలు పడుతున్నాడు. ఆ పిల్లవాడు ఎవరో కానీ చాలా భయస్థుడు. మంచివాడు కూడా. ముసలాయన గురించి ఎవరైనా వచ్చారా అని రోజు ఆరా

తీస్తుంటాడు. మందులు హాస్పిటల్ ఖర్చులన్నీ భరిస్తున్నాడు. అమాయకంగా రోజు ఇక్కడ తిరుగుతుంటే అయ్యో అనిపిస్తోంది".

విషయమంతా అర్థమైపోయింది చెన్నరాయునికి.

"అతనికి సంభందించి ఎవరైనా వచ్చారా?" మళ్ళీ అడిగాడు చెన్నరాయుడు.

"లేదు సార్".

"అయితే నేనతనితో మాట్లాడవచ్చా?!!".

"ఏం మాట్లాడుతారండి .. కోమాలో ఉంటే".

చిరాగ్గా మొహంపెట్టాడు చెన్నరాయుడు.

"నేనిపుడు చూడోచ్చా". తాను గుర్తు పట్టవచ్చునేమోనన్న ఆశతో

"కుదరదు సార్. టైమ్ అయిపోయింది".

పనులన్నీ ఎలా చక్కబెట్టుకోవాలో తెలిసినోడు చెన్నరాయుడు.

లోపలికి వెళ్ళి చూసివచ్చాడు. "ఏం సార్! ఎవరో తెలిసిందా" అడిగాడు సెక్యూరిటి

తలవంచుకొనే "లేదు" అంటూ ముక్తసరిగా చెప్పి వెళ్లిపోయాడు చెన్నరాయుడు.

***

మరుసటి రోజు రూమ్ కి వెళ్ళాడు. తండ్రిని చూడగానే ఉలిక్కిపడ్డాడు శరత్.

"నీకు బైకు ఎక్కడిదిరా" సూటిగా విషయానికివస్తూ అడిగాడు. తండ్రికి విషయం తెలిసిపోయిందని అర్ధమైయింది శరత్ కు. తడబడుతూ

"నాన్న .. అది .. అది .. మా ఫ్రెండ్ బర్త్ డే పార్టీకి వెళ్ళి వస్తుంటే .. మా ఫ్రెండ్ డ్రింక్ చేసి ఉన్నాడు. అందుకని నేను డ్రైవ్ చేశా ... చీకట్లో ఆ పెద్దాయన షడన్ గా అడ్డమొచ్చేసరికి .." భయంగా చెప్పాడు శరత్.

పోలీస్ వాళ్ళొచ్చే సరికి ఏం చెప్పాలో తెలీక ఆయన మా తాతగారని చెప్పాను. హాస్పిటల్లో చేర్పించా. ఇంతవరకూ ఆయన కోసం ఎవరు రాలేదు నాన్న. ఆ పెద్దాయన్ని ఎక్కడకు పంపాలో తెలీక రోజు అక్కడకు వెళ్ళివస్తున్నా. డబ్బులన్నీ ఖర్చైపోయాయి నాన్న. నేనే తప్పూ చేయలేదు నాన్న. నీకు తెలిస్తే కోప్పడుతావని చెప్పలేదు నాన్న.....

కొంతకాలం తర్వాత తెలిసింది నాన్న. ఆయన ఆ వీధిలో శెనక్కాయలు అమ్ముకోనేవాడని. పాపం ఆయనకు ఎవరూ లేరునాన్న. ఎక్కడని వదియాలి ఆయన్ని. నేను యాక్సిడెంట్ చేయకపోతే ఆయన బ్రతుకు ఆయన బ్రతికేవాడు కదా .. నీనే తప్పు చేశాను నాన్న". కుమిలిపోతు పెక్కి పెక్కి ఏడుస్తున్నాడు శరత్. మనసంతా కలచివేసినట్లైంది చెన్నరాయునికి.

ఆర్ద్రతతో కొడుకుని దగ్గరకు తీసుకున్నాడు.

"ఊరుకో .. ఊరుకో రా. అది నువ్వు కావాలని చేయలేదుకదా. ఆ టైమ్ కి పెద్దాయనకు ఆలా జరగాలని రాసిపెట్టి ఉంది. దానికి మనమేంచేస్తాం చెప్పు. వదిలేయ్. ఇలాంటివిషయాలు చూసి చూడనట్టు పోవాలి. చూడు నీమొహం ఎట్టా పీక్కుపోయింది" అనునయంగా అన్నాడు చెన్నరాయుడు

"సరే ఇలాంటి విషయాలు ఎక్కడివక్కడ తేల్చేయాలి. మన భవిష్యత్తు పాడు చేసుకోకూడదు. ఆ పెద్దాయన ఇల్లెక్కడో తెలుసా".

"ఆ తెలుసు నాన్న ఎప్పుడూ తాళం వేసివుంటుంది".

"సరే రేపు నాకు చూపించు నేను పోయి తేల్చుకువస్తా".

"సరే నాన్న".

“దీన్ని ఎంత త్వరగా వీలయితే అంత త్వరగా వదుల్చుకోవాలి. ఇంటి తలుపులు తీస్తే ఆయనకు సంభందించినా వాళ్ళ వివరాలు తెలియవచ్చు”.

తండ్రి ధైర్యం చెప్పేసరికి తేలికపడ్డాడు శరత్. కన్నీళ్లు తుడుచుకుని తండ్రి లగేజీ అందుకున్నాడు

***

అలా ఇంటికి వచ్చాడో లేదో కొడుకునుండి ఫోన్. పెద్దాయన చనిపోయాడని. వెక్కివెక్కి ఏడుస్తున్నాడు శరత్ ఫోన్ లోనే. ఉదయాన్నే వచ్చి అన్నీ విషయాలు చూసుకుంటానని చెప్పి కొడుకును సముదాయించాడు చెన్నరాయుడు.

చెన్నారాయుడు ఓ పెద్ద కాంట్రాక్టర్. డబ్బుకు పలుకుబడికి కొదవలేదు. ఇదంతా అతని కష్టార్జితమేంకాదు. ఆయాచితంగా తనకు పిల్లనిచ్చిన మామ దగ్గరనుండి వచ్చింది. ఇల్లరికపుటల్లుడుగా తను కాస్త కష్టపడ్డాడు అంతే. ఇప్పుడతను స్టేట్ లో టాప్ కాంట్రాక్టర్. తన హోదాకు తగ్గట్టుగా కొడుకును పెంచాలని హాస్టల్లో వదలకుండా బయట రూమ్ తీసి మరీ చదివిస్తున్నాడు. కొడుకు తల్లి చాటు బిడ్డవడంవల్ల కాసింత సున్నితంగా పెరిగాడు. ఎవరితోనూ అంత సులువుగా కలవడు. తనకు తెలిసిన బడాబాబుల పిల్లలతో సమానంగా పిల్లవాడు

పెరగాలని ఆశ. కానీ పిల్లవాడు అందుకు పూర్తిగా విరుద్ధం. ఫస్ట్ ఇయర్ ఇంటెర్మీడియట్ హాస్టల్లో వేశాడు. హోమ్ సిక్ వల్ల చేర్చిన వారం రోజులకే తిరిగి వచ్చాడు. పిల్లవాడి కోసం టౌన్లోకి వద్దామనుకున్నాడు కానీ, తల్లి గారాభం వల్ల మరింత పాడవుతాడని, సెపరేట్ రూమ్ తీసుకొని తోడుగా ఊర్లోని తన దూరపుభందువు ఓ పెద్దావిడను పిల్లవాడి బాగోగులను చూడడానికి ఉంచాడు. బైక్ ఇస్తే పిల్లవాడు పాడవుతాడని కొనివ్వలేదు. ఇపుడు చూస్తే ఇలా ఆక్సిడెంట్ చేసి కూర్చున్నాడు. పెద్దాయన్ని ఏదైనా వృద్ధాశ్రమంలో చేర్పించాలి. అసలా పెద్దాయన్ని చూస్తే బాగా పరిచయమున్న ముఖంలా కనిపిస్తోంది. తలచుకొన్న ప్రతీ క్షణం గుండెల్లో ఎక్కడో కలుక్కుమంతోంది.

తన తండ్రే గుర్తుకొస్తున్నాడు. ఐదుగురి తోబుట్టువులలో తను చిన్నవాడు. పుట్టగానే తల్లిని పోగొట్టుకున్నాడు. తన తండ్రి అందరినీ కూలి పనులకు పంపించి చిన్నవాడైన తననే బాగా చదివించాడు. అందరూ తన మీద అమితమైన ప్రేమ చూపించేవారు. అది ఉండగా ఉండగా వాళ్ళ కోసమే తను పుట్టినట్టు, భవిష్యత్తులో వాళ్ళ కలలన్నీ తానే నెరవేర్చాలి అన్నట్టుగా ఉండేది. తోబుట్టువుల బాధ్యతలన్నీ తనదాకా రానివ్వలేదు తన తండ్రి. ఆయన రెక్కల కష్టం మీదే అన్నీ నెరవేర్చారు. తనో కాంట్రాక్టర్ కంపెనీలో ఇంజినీర్ గా చేరాడు.

చేరిన అనతి కాలంలోనే ఓనర్ దగ్గర మంచిపేరు, ఓనర్ కూతురి గుండెల్లో స్థానం సంపాదించాడు. మరేముంది సొసైటీ కండిషన్స్ తన కుటుంబాన్ని తననుండి దూరం చేశాయి అనేదానికన్నా, తన కుటుంబంలాగా చాలీచాలని బ్రతుకు బ్రతకకూడదని ఇల్లరికం వచ్చేశాడు చెన్నరాయుడు. కంపెనీకి హెడ్డూ అయ్యాడు. హోదా, సొసైటీలో పలుకుబడి, డబ్బుకు కోదవలేదు. వాటిని ఎన్నిరకాలుగా సంపాదించే అవకాశముందో అన్నిరకాలుగాను సంపాదించాడు. కొంతకాలం పెళ్ళికి ముందు పెళ్ళికి తర్వాత లైఫ్ ని టేరీజు వేసుకొనేవాడు. తనవాళ్ళు చాలాచాలా చిన్నవాళ్ళుగా కనిపించేవాళ్లు. కొంతకాలానికి పూర్తిగా కనుమరుగైపోయారు. ఎంతగా కనుమరుగయ్యారంటే స్వయానా తన బావ చనిపోతే, తను వెళితే ఎక్కడ తన స్థాయి తగ్గిపోతుందనుకునేంత. చెన్నరాయుడు పట్నం వచ్చి పాతికేళ్లు పైనే అయ్యింది. ఇంతవరకు తనవాళ్లు ఎక్కడ ఉన్నారనేవిషయం తెలుసుకొనే అవసరమే రాలేదు చెన్నరాయునికి. అంతగా మారిపోయాడు చెన్నరాయుడు. ఇవాళ్ళ తన తండ్రిగుర్తొస్తున్నాడేమిటి?!.

ఆరోజు రాత్రి నిద్ర పట్టలేదు చెన్నరాయునికి. తనకొడుకే గుర్తొస్తున్నాడు. "నేను చంపలేదు నాన్న. నేను చంపలేదు" అని ఏడుస్తోన్న తన కొడుకూ ముఖమే గుర్తొస్తుంది.

***

పెద్దాయన ఇల్లుచూపించి హాస్పిటల్ కి వెళ్ళాడు శరత్. చుట్టు ప్రక్కలవాళ్ళను అడిగి చూశాడు. ఆ పెద్దాయన వచ్చి చాలా కాలమైందని. ఏ పని దొరికితే ఆపని చేసుకొనేవాడని అతను ఎక్కడనుండి వచ్చాడో కూడా సరిగ్గా తెలీదన్నారు. లోకల్ కోర్పొరేటర్ ను, ఓ కానిస్టేబుల్ని వెంటపెట్టుకొని ఇంటితాళం పగులగొట్టి చూశాడు. లోపల సామానులేవీ కనిపించలేదు. ఏవో తాగిపడేసిన బీడీ ముక్కలు తప్ప చెప్పుకోదగ్గ వస్తువులేవీ లేవక్కడ. ఓ మూలనున్న చెక్కపెట్టెను తెరిచిచూశాడు అందులో కొన్ని బట్టలు తప్ప ఎటువంటి ఆధారాలు కనిపించలేదు.

బయటకు వచ్చిన చెన్నా రాయుని ముఖంలో నిరాశ స్పష్టంగా కనిపిస్తోంది. దేన్నైనా సాధించగలమన్న పొగరు తప్ప అలాంటి నిస్పృహను చెన్న రాయుని ముఖంలో ఎప్పుడూ చూడలేదు కార్పొరేటర్.

“సార్ మీరేం వర్రీ కాకండి. ఆన్ఐడెంటిఫైడ్ కేస్ క్రింద దీన్ని క్లోజ్ చేద్దాం” భరోసా ఇచ్చాడు కానిస్టేబుల్. మునిసిపాలిటీ వర్కర్స్ కు ఫోన్ చేస్తున్నాడు కార్పొరేటర్. నిరోమయంగా వచ్చి కారెక్కాడు చెన్నరాయుడు.

***

హాస్పిటల్లో తండ్రిని చూడగానే ఒక్క ఉదుటున వచ్చి గట్టిగా వాటేసుకొని భోరుమన్నాడు శరత్. కొడుకు ఏడుపు చూసి అప్రయత్నంగా కళ్ళలో నీళ్ళు తిరిగాయి చెన్నరాయునికి. హిరణ్యకశిపునికి ప్రహల్లాదుడు పుట్టటమంటే ఇదేనేమో. వైరాగ్యంగా నవ్వుకొన్నాడు.

"సార్!" అన్న పిలుపుతో ఈలోకంలోకి వచ్చాడు.

"సార్ ఈ పేపర్ లో సంతకం చేయండి. దీంతో ఫార్మాలిటీస్ అన్నీ పూర్తైనట్టే. మా వర్కర్స్ కూడా కాసేపట్లో వస్తారు. పని పూర్తైపోతుంది". చెప్పాడు కార్పొరేటర్.

శరత్ ని ఎలా సముదాయించాలో పాలుపోలేదు చెన్నరాయునికి.

"నాన్న!..." మెల్లగా పిలిచాడు శరత్.

"ఏరా"

"పెద్దాయన్ని మునిసిపాలిటీ వాళ్ళకు ఇవ్వద్దు నాన్న. ఎవరో ఏమో ఆయన. నాచేతిలో చనిపోయాడు. మనమే కర్మకాండలు చేద్దాం".

ఉల్లిక్కిపడ్డాడు చెన్నరాయుడు.

"ప్లీజ్ నాన్న!"తండ్రి కళ్లలోకి బేలగా చూస్తూ అడిగాడు శరత్

"అదికాదు రా ..." ఇంకా ఏదో చెప్పబోయెంతలో

"ఇంకేం చెప్పొద్దు నాన్న. నేబ్రతికినంతకాలం ఈపాపం నన్ను వెంటాడుతుంది. కనీసం ఇదైనా చేద్దాం నాన్న".

చిన్నగా నిట్టూర్చి సరేనన్నాడు చెన్నరాయుడు.

చకచకా పెద్దాయన అంత్యక్రియలకు ఏర్పాట్లు జరిగిపోయాయి. తానే కొడుకులా దగ్గరుండి పెద్దాయన కర్మకాండలన్నీ జరిపించాడు చెన్నరాయుడు.

శరత్ ముఖంలో ప్రశాంతత. పాపాన్ని కడుక్కున్నామన్న తృప్తి. చెన్నరాయుడు శాంతపడ్డాడు.

***

ఓ వారం గడచిందో లేదో మళ్ళీ కాలేజీ నుండి ఫోన్ చెన్న రాయునికి, శరత్ గొడవపడ్డాడని. వెంటనే బయల్దేరి వచ్చాడు ప్రిన్సిపల్ దగ్గరకు.

ప్రిన్సిపల్ చాంబర్ లో ఓవైపు చేతులుకట్టుకొని నిల్చునివున్నాడు శరత్. ప్రక్కనే దెబ్బలు తిన్న పిల్లవాడు.

"చూడండి సార్ కాలేజీలో పిల్లలు గొడవపడడం మామూలే. కానీ మీవాడు మరీ రౌడీలా బిహేవ్ చేస్తున్నాడు. చూడండి ఎలా కొట్టాడో." దెబ్బలు తిన్న పిల్లవాడిని చూపిస్తూ అన్నాడు ప్రిన్సిపల్

"సారి సార్. ఇంకెప్పుడు ఇలా జరక్కుండా చూసుకుంటాను" అంటూ శరత్ ని అక్కడనుండి బయటకు తీసుకువెళ్లాడు. శరత్ గొడవ పడటమంటేనే నమ్మశక్యంగా లేదు.

"శరత్! అసలేం జరిగిందిరా"

"ఏంలేదు"

"ఏం లేకుండా ఎలాగొడవవుతుంది. అంతా అయిపోయింది కదరా ..బుద్ధిగాచదువుకోకుండా ఈ గొడవలేమిటిరా.."

"వాడు నిన్ను తిట్టాడు నాన్న. రాస్కెల్! నువ్వు జనాల్ని ముంచి సంపాదిస్తున్నావంట. అందరూ వాడెబ్బలగా లంచాలు బొక్కి బలిసాడనుకుంటున్నాడు. దొంగనా ... ఫ్రెండ్స్ దగ్గర డబ్బులు కొట్టేసి జల్సా చేసే వెధవకి ఎలా తెలుస్తాది నీగురించి. ఓ అనాధ శవానికి కర్మకాండలు జరిపించిన నీలాంటి వాడిని వాడి జన్మలో చూస్తాడా?... నన్ను పోలీస్ కేసునుండి తప్పించడానికి నీవా పని చేశావంట. తప్పుడు కూతలు కూస్తున్నాడు నా కొ....." కాస్త గాప్ తీసుకొని మళ్ళీమొదలెట్టాడు శరత్.

"వాడి నోరుమూపించాలి నాన్న. పెద్దాయనకు పెద్దకర్మచేద్దాం. ఇలాంటి వెధవల్నందరిని పిలుద్దాం. అప్పుడు .. అప్పుడు తెలుసుద్ది మా నాన్నంటే ఏమిటో .. ఆ.." నిశ్చయంగా అన్నాడు శరత్.

"రేయ్ నీకేమైనా పిచ్చి పట్టిందా. మనం పెద్దకర్మ చేయడమేంటిరా. పిల్ల చేష్టాలు చేయబాక .. నోర్మూసుకొని బుద్ధిగా చదువుకో."

"లేదు నాన్న. నేను బాగా చదువుతా. నీవనుకున్నట్టుగా మన కంపెనీని ఇంకా డెవలప్ చేస్తా. ఇదంతా అక్రమమని జనాలు అనుకొంటే నేను చేసేదానికి విలువుండదు నాన్న. నిన్ను జనాలలా అనుకోవడం నాకిష్టంలేదు. చేద్దాం."

"చూద్దాం లేరా"

"లేదు నాన్న పదిహేనోవరోజు బాగుందంట. పంతుల్ని అడిగా".

ఒప్పుకోక తప్పలేదు చెన్నరాయునికి.

***

పెద్దాయన ఫోటో కోసం మళ్ళీ ఇంటికెళ్ళాడు చెన్నరాయుడు. ఇల్లంతా వెతికాడు. ఎక్కడా దొరకలే. చెక్కపెట్టేలోని బట్టలన్నీ బయటవేసి చూశాడు.ఏదీ దొరకలేదు. ఇక లాభంలేదనుకొని బట్టలన్నీ ఒక్కొక్కటిగా పెట్టేలోపల పెడుతూ ఓ మడత విప్పని పంచ, కండువాని తన చేతుల్లోకి తీసుకొని పరిశీలనగా చూశాడు. తను మొట్టమొదటిగా ఉద్యోగంలో చేరినప్పుడు తన తండ్రికి తెచ్చిన బట్టలు గుర్తుకొచ్చాయి. కాదు.. కాదు .. ఆ బట్టలు అవే.

మడతలు నలగలేదు. అంటే... ఈ పెద్దాయన ... ఇక ఊహించలేకపోయాడు చెన్నరాయుడు. అలాగే నేలమీద చతికలపడ్డాడు. కొత్తబట్టలు తన తండ్రి చేతికి ఇచ్చినపుడు అబట్టలు కట్టుకొని మావాడు ఉద్యోగం చేస్తున్నాడంటూ ఊరంతా తిరుగుతూ గొప్పగా చెప్పుకొన్న రోజులు గుర్తొచ్చాయి. తండ్రి మొహంలో ఆనందాన్ని తనే దూరం చేశాడు తను ఇల్లరికం వెళ్ళిపోయి. అప్పటినుండి ఇప్పటి వరకు తన తండ్రి ముఖం కూడా చూడలేదు. హాస్పిటల్లో చూసినపుడు ముఖమంతా పీల్చుకుపోయి గుబురుగా పెరిగిన మీసాలు గడ్డాలు మధ్య తన తండ్రిని పోల్చుకోలేకపోయాడు. కానీ ఎక్కడో చిన్న అనుమానం. ఇప్పుడది నిజమయ్యేసరికి ఒంట్లో సత్తువనంతా ఎవరో అమాంతంగా పీల్చేసినట్టయింది. తన కొడుకు కోసం తనీపనులన్నీ చేయడానికి సిద్ధపడ్డప్పుడు, తన తండ్రి ఆ పేదరికంలో తనకోసం ఎన్ని కష్టాలు పడుంటాడో. ఊహించుకొంటేనే మనసు ఏదోలా అయిపోయింది చెన్నరాయునికి. డబ్బు హోదా సంపాదనలో కరుడుకట్టిన మనసు ఇప్పుడు ద్రవించడం మొదలైంది. అప్రయత్నంగా కళ్ళలో నీళ్ళు తిరుగుతున్నై. ఇన్నాళ్ళుగా తనవాళ్లు ఎలాఉన్నారో ఏంచేస్తున్నారోనని కనీసం తిరిగిమళ్ళీకూడా చూడలేదు. తను కనిపిస్తే ఎక్కడ తనను పీల్చుకు తింటారోనని అనుకున్నాడు కానీ, ఇంతగా గుండెల్లో పెట్టి

చూసుకున్నారని తెలీదు. సిగ్గుతో కుంచించుకొని పోతున్నాడు చెన్నరాయుడు.నేలకు కరచుకుపోయాడు చెన్నరాయుడు. ఆ బట్టల్ని గుండెమీదకు హత్తుకొంటూ, మోకళ్లమీద ప్రాకుతూ వచ్చి కారెక్కి తిరిగి పయనమయ్యాడు.

***

పెద్దకర్మ క్రతువు ప్రారంభమయ్యింది. తన తండ్రి ఏదో ఘనకార్యం చేస్తున్నట్టు శరత్ కళ్ళలో గర్వం తొణికిసలాడుతోంది. అక్కడకు వచ్చిన వారంతా తన తండ్రిని పొగుడుతుంటే అప్పటిదాకా వేధిస్తున్న పాపభీతి మటుమాయమైయ్యింది. చెన్నరాయుడు మాత్రం ఎంతో దీక్షగా క్రతువు నిర్వహిస్తుంటే ఆశ్చర్యం, మెచ్చుకోలుతనం అక్కడ ఉన్న అందరి ముఖాల్లో స్పష్టంగా కనిపిస్తోంది.

ఎవరివంకా చూడలేకపోతున్నాడు చెన్నరాయుడు. మనసు లోలోపల పశ్చాతాపంతో కుమిలిపోతోంది. ఉబుకుతున్న కన్నీరు తను నిర్మించుకొన్న పరపతిని దాటి రానంటోంది. చెన్నారాయునిలో అంతర్మధనం. ఇంతగా కరుడుకట్టిన తనకు శరత్ లాంటి కొడుకా?, ఎవరో అనాధ చనిపోయినందుకే ఇంతలా చలించిపోయిన శరత్, తన వల్లనే ప్రాణాలు వదిలిన అనాధ తన తాత అనితెలిస్తే తట్టుకోగలడా?!. శరత్ దృష్టిలో తన పరిస్థితి

ఏమిటి??. అసహ్యించుకోకుండా ఉండగలడా???. ఆ ఊహకే ఒళ్ళు జలదరించింది చెన్నరాయునికి. తోబుట్టువులకు తండ్రి చివరిచూపు లేకుండా చేసిన పాపం తనను జీవితాంతం దహించకమానదు. ఈయన "నా తండ్రి" అని దిక్కులు పిక్కటిల్లేలా అరవాలనిఉంది... క్షమించునాన్న అని పెద్దగా ఏడ్వాలనిఉంది .. పాముల్లా ఇంతకాలం పెంచుకొన్న డబ్బు హోదా తనగొంతును చుట్టిపట్టేశాయి.

పురోహితుడు ఏదో చెబుతున్నాడు. వినబడటంలేదు.

ఎవరోతన చేతిలో పిండం పెట్టి నదిలోకి తీసుకెళ్లారు. వాళ్ళు చెప్పినట్టు పిండాన్ని నీళ్ళలో వదిలాడు. మూడుసార్లు మునిగిరమ్మన్నారు.

ముందుకు కదిలాడు చెన్నరాయుడు.

మొలలోతు వచ్చాయి నీళ్ళు.

"వద్దు వద్దు ఇక ముందుకు పోవద్దు" అంటున్నా రెండడుగులు ముందుకు వేసి మునకవేశాడు. ఒక్కసారిగా బయటి ప్రపంచమంతా మాయమైపోయినట్లనిపించింది. కేవలం తను మాత్రమే తన తండ్రి జ్ఞాపకాల మధ్య ఉన్నట్లనిపిస్తోంది. నదిలోని నీళ్ళు తన తండ్రి ఓదార్పులా తనను పైకి లేపుతోంటే సిగ్గుతో దించుకున్నతలను పైకి లేపలేనంతగా

అశక్తుడైపోతున్నాడు చెన్నరాయుడు. మనసుపొరల్లో దాగున్న మమకారం ఏదో పోగొట్టుకున్నదానిలా రోదిస్తోందిపుడు. అంతవరకూ బిగపట్టిన ఊపిరి ఇపుడు మెల్లగా సడలుతోంది.

గుండెలోని బాధ, గొంతులోని ఏడుపు అన్నీ ఆ ఊపిరితో కలసి నీటిబుడగల్లా ప్రేలిపోతున్నాయ్.

మనసులోని పశ్చాతాపం కరిగి కన్నీరై నదిలో కలసిపోతోంది.

ఇపుడు నది శోక సంద్రమైయ్యింది.

పూర్తిగా మునిగిపోయాడు చెన్నరాయుడు.

# వెదురుపొదలు

ఒసే మల్లికా! నీకెన్ని సార్లు చెప్పానే అటుపక్కకు వెళ్ళొద్దని. ఎంచక్కా నీకు పందిరి వేశానుగదా ..బుద్ధిగా పందిరెక్కి అల్లుకుని విలాసంగా నవ్వొచ్చు కదా .. అందుకే బడుద్ధాయ్! నీకు ఇప్పటికి కూడా పూలుపూయడంలేదు. అటు చూడు ఆ పిల్ల సన్నజాజిని .. ఎంత నాజూకుగా .. వయ్యారంగా అల్లుకుంటూ డాబాపైకెళ్ళి ఎంత విరగబడి నవ్వు విరబోస్తుందో.

ఒరే దొండ .. నీతో పచ్చడి మీ అమ్మే చేయాలిరా. అదుర్స్ అనుకో... అయ్యయ్యో .. అదేందిరా అట్టా నేలకు వాలిపోయావు .. ఉండుండు ఓ పురికొస తెస్తా .... అంటూ మెట్ల క్రింద ఉన్న పాత గోతాములో నుండి ఓ పురికొసల ఇచ్చి తీసుకుని డానికో చివర రాయి కట్టి ప్రహరి గోడవతలకు విసిరేశాడు సుందరయ్య. రాయి అవతలపడ్డ శబ్దంతో పాటు ఓ పిల్లవాడి ఏడుపూ బయటకు వచ్చింది వెంటనే. చొక్కాఎత్తిపట్టి వేసుకున్న ఎర్రటి దొండపండ్లు క్రింద పడిపోగా ఏరుకునే ధ్యాసకూడా లేకుండా నెత్తి తడుముకుంటూ తన ఇంటిపైపు పరుగుతీశాడు పన్నెండేళ్ళ సోము. పిల్లవాడు ఎంత వేగంగా వెళ్ళాడో అంతే వేగంగా వచ్చాడు వాళ్ళ అమ్మతో కలసి సుందరయ్య మీదకు.

"ఏం సుందరయ్యా .. పిల్లాడ్ని అట్టా కొట్టేదే .. రాయితీసుకుని.. ఇంకాస్తయితే తల పగిలిపోయుండేది.. పెద్దోడివి ఆమాత్రం బుద్ధుండబల్లె ..వయసొస్తే సరిపోద్దా.." తిట్ల దండకం మొదలుపెట్టింది ఆ పిల్లవాడి తల్లి.

అసలేమి జరిగిందో తెలీక తెల్లబోయి కళ్ళజోడు సవరించుకుంటూ బయటకు వచ్చాడు సుందరయ్య. బయట చిందరబందరగా పడివున్న దొండపండ్లని చూడడం తోనే ఏమి జరిగిందో ఇట్టే గ్రహించాడు. ఏడుస్తున్న పిల్లవాడిని దగ్గరకు తీసుని "ఏరా.. నీకు కావాలంటే నేనే కోసిస్తానుకదరా .. ఎందుకిలా చేశావ్ ..చూడు ఎలా బొప్పికట్టిందో ...అ" అంటూ అక్కడ పడివున్న దొండపండ్లతో పాటు తను అదివరకే కోసివుంచుకున్న జామ కాయల్ని ఆ పిల్లవాని చేతిలో పెట్టాడు.

"ఏమ్మా .. నువ్వెవ్వరో నాకు తెలీదు .. ఇంట్లో ఉన్నదేదైనా పిల్లవాడు అడగంగానే ఇవ్వడం అలవాటు చేసుకో, లేదా అవి ఎందుకు అడగకూడదో చెప్పు .. లేకపోతే ఇట్టాగే దొంగతనం చేస్తాడు .. దెబ్బలు తగిలించుకుంటాడు ..నేనేమీ కావాలని రాయి విసరాలా. తీగ నేలకువాలిపోతే తాడుకట్టి పైకి లేపుదామని వేశా.. ఊరకనే అట్టా నోరుపారేసుకోబాకు..ఇంకెళ్ళు. చాలుగానీ" అంటూ లోపలి వెళ్లి ప్రహరిగేటు వేసుకోబోతున్న సుందరయ్య ఇంటిముందు ఓ ఆటో ఆగేసరికి ఆగిపోయాడు.

ఆ ఆటోలోనుండి దిగిన తన భార్య సుశీలను చూసి కొంత ఆశ్చర్యం కొంత ఆనందం కలబోసుకున్న నువ్వుతో ఎదురెళ్ళి ఆమె లగేజీ బ్యాగును అందుకున్నాడు సుందరయ్య.

***

సుందరయ్య సుశీలలు ప్రభుత్వ ఉద్యోగులు. ఉద్యోగం చేసే రోజుల్లో రోజు ప్రాతఃకాల, సాయం సంధ్యల్లా కలుసుకునే ఇద్దరూ, సెలవులొచ్చాయంటే మాత్రం రోజంతా వెలుగు నీడలను స్పృశించే సూర్యచంద్రుల్లా స్నేహితుల్ని చుట్టాల్ని కలుసుకొనేవారు. అందుకే సుందరయ్య దంపతులకు వాళ్ళలో ఓ ప్రత్యేకస్థానం ఉండేది.పరువు మర్యాదల విషయంలో సుందరయ్య మరింత పట్టుదలగా ఉండేవాడు. అందుకే తెలిసిన వాళ్ళలో ఎవరికైనా ఏదైనా గొడవలైతే సుందరయ్య దంపతులే వెళ్లి కౌన్సిలింగ్ చేసి వ్యవహారం చక్కబెట్టే వాళ్ళు. కానీ తన ఒక్కగానొక్క కొడుకు ప్రేమవివాహం చేసుకున్నప్పటి నుండి మునుపటిలా బయటకువెళ్ళలేక పొయేవాడు.బంధువుల ఇళ్ళలో కార్యక్రమాలకు ఎదో మొక్కుబడిగా వెళ్లి వచ్చేవాళ్ళు. ఏదైనా సెలవులు వచ్చాయంటే ఇద్దరూ కలిసి ఏ గుడికో గోపురానికో సినిమాకో, పార్కులకో వెళ్ళేవాళ్ళు. కొడుకు తమ మాట వినకుండా ప్రేమ వివాహం చేసుకున్నాడనే బాధ ఓ ప్రక్కన మనసును నులిమేస్తున్నా, వాడివల్ల సెలవుల్లో దంపతులిద్దరూ

గడిపిన క్షణాలు ఆ బాధను కాస్త ప్రక్కకు పెట్టేవి. రోజులలా దొర్లి పోతోంటే ఓ రోజు హఠాత్తుగా ఊడిపడ్డాడు కుమారుడు తన భార్యను వెంటేసుకుని. మొదట్లో సుశీల కొంచం కినుక వహించినా కోడలు గర్భవతి అని తెలిసేసరికి తెగ ఆనంద పడిపోయింది. కోడలి హిందీ బాష కాస్త ఇబ్బంది పెట్టినా ఎంతో అపురూపంగా చూసింది కోడలిని.పెళ్ళాన్ని ఇంటిదగ్గరే వదిలి ఉద్యోగరీత్యా పూణేకు వెళ్ళిపోయాడు కుమారుడు. ఓ నెల తర్వాతగానీ ఇంటికి రాలేదు. ఈ నెలరోజుల్లోఎంతో దగ్గరయ్యారు అత్తాకోడళ్ళు. కుమారుడు వచ్చీ రాగానే ఓ బాంబ్ పేల్చాడు తను పనిచేస్తున్న చోట ఓ స్థలం కొన్నానని, అక్కడే ఇల్లు కట్టుకుని సెటిల్ అవుతానని .. ఈ నెలరోజులు సుశీల అనుభవించిన ఆనందం ఆ మాటతో ఇట్టే మాయమైపోయింది. పిల్లల భవిష్యత్తు కోసమని సుందరయ్యఎంతో నచ్చచెబితేగానీ ఒప్పుకోలేదు సుశీల.

కోడలు కాన్పుకోసం పుట్టింటికి వెళ్ళిపోయింది. సుందరయ్య పక్కనే ఉన్నా ఎదో వెలితిగా అనిపించేది సుశీలకు. ఇక ఉండబట్టలేక కొడుక్కి ఫోన్ చేద్దామనేలోపే కొడుకునుండి ఫోన్, మనుమరాలు పుట్టిందని. అమ్మా నాన్నను ఇద్దరినీ రమ్మనడంతో ఎగిరి గంతేసింది సుశీల. కొడుకు టికెట్స్ బుక్ చేస్తే సుందరమ్మ సుశీలలు ఇద్దరూ తమ కొలువులకు సెలవులు పెట్టి వెళ్లారు కొడుకు దగ్గరికి. మనుమరాలు అంతా కోడలిపోలిక.

కోడలు కాన్పుకోసం పుట్టింటికి వెళ్లిందని అనుకున్నదే కానీ పుట్టిల్లె ఆమె దగ్గరకు వచ్చినట్టనిపించింది సుశీలకు. ఆ ఇంట్లో పెత్తనమంతా వియ్యపురాలిదే. కొడుక్కి కోడలు చెప్పినమాట వేదవాక్కు. పురిటికి తమ పద్ధతులు పాటించకుండా వాళ్ళ పద్ధతులు పాటించడం, తమ కొడుకూ కోడళ్ళ ముందు తామో అతిధులుగా మిగిలిపోయామన్న నిజం వాళ్ళకు మింగుడుపడడంలేదు. మనుమరాలిని ఇంకొద్ది రోజులు అక్కడే ఉండి చూసుకోవాలని ఉన్నా, వియ్యపురాలి మాటతీరు వ్యవహారసరళి తమనో బయటి వ్యక్తులుగా చూస్తున్నట్టుంటే అక్కడ ఉండే ప్రతీ క్షణం చాల భారంగా అనిపించసాగింది సుశీలకు. ఈలోపు సెలవులు కూడా అయిపోవడంతో ఇంటికి తిరిగి వచ్చేశారిద్దరూ.. కొంతకాలం తర్వాత గృహప్రవేశానికి పిలుపొచ్చింది కొడుకు దగ్గరనుండి.

***

వారం క్రితం అనగా వెళ్ళింది సుశీల కొడికింటికి... కొత్తింటి గృహప్రవేశానికి. సుందరయ్యకు ఉద్యోగరీత్యా వీలుపడకపోవడంతో సుశీల ఒంటరిగా వెళ్ళింది. గృహప్రవేశం తర్వాత ఓ వారం రోజులు ఉండి అన్నీ చక్కదిద్ది వస్తానని వెళ్ళింది. కానీ కార్యక్రమం అయిపోయిన వెంటనే ఇలా హఠాత్తుగా ఊడిపడ్డది. ప్రయాణబడలికకు మించి వాడిపోయిన భార్య ముఖంలోని

చికాకును గమనించిన సుందరయ్య మరో మాట మాట్లాడకుండా అటోవానికి డబ్బులిచ్చి సామానును ఇంట్లో చేర్చాడు.

తను ఊరెళ్ళే టప్పుడు కూడా సుందరయ్య రాలేదనే కోపంతో వెళ్ళిపోయింది. ఇపుడెందుకిలా ఉన్నావని అడిగితే అక్కడ జరిగినదేదైనా సరే తనమీదే విరుచుకు పడుతుందేమో నని మిన్నకుండిపోయాడు.

వచ్చీ రాగానే బాత్రూం కెళ్ళి చక్కా వెళ్లి బెడ్రూంలో ఫ్యాను కూడా వేసుకోకుండా పడుకుండిపోయింది సుశీల.

వడివడిగా పెట్టుకువచ్చిన కాఫీ కప్పుని అలాగే చేతిలో పట్టుకుని గది గుమ్మం దాకా వచ్చి భార్య వాలకం చూసి ఉసూరుమంటూ వెనుదిరిగాడు సుందరయ్య ఫ్యాన్ ను స్విచ్ వేసి తలుపు ముందుకు లాగుతూ.

"ముందా ఫ్యాను ఆపేయండి. బయటింతగా చలివేస్తోంటే" విసుగ్గా అరిచింది సుశీల.

కిమ్మనకుండా ఫ్యాను ఆపేసి, టీ పాయ్ పై కాఫీ కప్పును పెట్టి భార్య దగ్గరకు చేరుకున్నాడు.

"సుశీ!!.. ఏమిటే ఇది. ప్రయాణం అదీ బాగా జరిగిందా ... ఇబ్బందేమైనా జరిగిందా" అనునయంగా సుశీల బుజం మీద చేయివేశాడు సుందరయ్య.

సుందరయ్య చేతిని విసిరికొట్టింది సుశీల.

విస్తుపోయాడు సుందరయ్య.

"ఏమిటే .. ఏమయ్యింది ..అంతా క్షేమమే కదా .. సారీనే .. నిను ఒంటరిగా పంపాల్సి వచ్చిందే. నీకు తెలుసుకదే నా ఉద్యోగం సంగతి. అయినా నువ్వుకూడా ఓ ఉద్యోగివే కదా .. జతగా వెళ్ళాలని నాకు మాత్రం ఉండదా..."

ఎటువంటి స్పందన లేదు సుశీలలో.

"సుశీ .. సుశీ.." అంటూ బామాలుకుంటూ కుదిపాడు అటుతిరిగి పడుకున్న సుశీలను.

విసుగెత్తి కస్సుమని పైకి లేచి కూర్చుంది. దిండు తీసి నడుముక్రింద పెట్టుకుంటూ మంచం గోడను ఆనుకుని కూర్చొంది. తన మోకాళ్లను చుట్టేసుకుంటూ కోపంగా చూసింది సుందరయ్య వైపు.

ఆచూపులో ఆమె కోపానికంటే దుఃఖం తాలూకు ఛాయలు ముసురుకుంటుంటే కన్నీళ్ళు సుడులు తిరుగుతున్న కళ్ళతో సుందరయ్యను చూడలేక మోకాళ్ళపై తన ముఖం కప్పేసుకుంది.

భార్యను అలా చూసేసరికి మనసంతా కలచివేసినట్లయింది సుందరయ్యకు.

మెల్లగా ఆమె తల నిమరబోయాడు. చివాల్న తలెత్తి చూసింది ఎర్రగాతేలిన కళ్ళలోనుండి ఒలికి పడుతున్న కన్నీళ్ళతో. ఆ ముఖంలో కోపం ఛాయలు ఏమాత్రం తగ్గలేదు.

"ఎవరైనా ఒంటరిగా పోవాల్సిందే .. నేనేమైనా పుడుతూనే జంటగావచ్చానా .. కాదే ..కనీసం బ్రతికినన్నాళ్లు జతగా బ్రతకాలనే కదా ఈ పెళ్ళనే తంతు కనిపెట్టింది మన పెద్దోళ్ళు... నా ఖర్మ ఎం చేస్తాం. నా రాత అలా ఉంటే నువ్వు మాత్రం ఎం చెస్తావ్...." ముక్కుపుటాలు కోపంతో అదురుతోంటే

"ఏమయిందే" మెల్లగా అడిగాడు సుందరయ్య

"ఇంకేమవ్వాలీ.. కొడుకు కొత్తింటి గృహప్రవేశానికి ఓ ఒంటరి అతిధిలా ఉండిపోయానక్కడ. జంటగా చేయవలసిన కార్యక్రమాలన్నీ ఆ వియ్యపురాలే చేసిందక్కడ.ఒళ్ళు మండిపోతోంది మిమ్మల్ని చూస్తోంటే." మూతిని బిగించి మొహం ప్రక్కకు తిప్పుకుంది సుశీల.

"వాళ్ళ మనసులో మనల్ని పక్కన పెట్టాలనివుంటే నేనేం చేయనే..."

"వాళ్ల ఉద్దేశ్యాలు వాళ్ళకు ఉండొచ్చు. మనం వాళ్ళకు ఊతమివ్వకూడదు కదా"

"సర్లే! ఈ కాఫీ త్రాగు. నేను గీజరు ఆన్ చేసివస్తా" అంటూ లేచి బాత్రూం వైపు అడుగువేయబోఎంతలో వీధిలో ఇంటిగుమ్మం ముందు కుక్కలు అరవడం మొదలయ్యేసరికి

"ఏమే గోపాలంగాడు వచ్చినట్టున్నాడు .. త్వరగా కాఫీ త్రాగేయి .. లేకుంటే వాటా అడుగుతాడు" అంటూ ఇంటి గుమ్మవైపు వెళ్ళాడు సుందరయ్య కుక్కలను తరమడానికి.

"చెయ్ చెయ్" అంటూ కుక్కలను తరుముకుంటూ ప్రహరి గేటును వేసి వడివడిగా వస్తున్న గోపాలయ్యను చూసి

"ఎరా ఇన్నేళ్ళుగా ఈ వీధిలో ఉంటున్నావుగదా. ఏనాడైనా ఓముద్ద ఆ కుక్కలకు విసిరేసుంటే ఇప్పుడీ పరిస్థితి వచ్చుండేదా చెప్పు ..నీ పిసినారితనం నువ్వునూ .. పైగా డాగ్ ఫోబియా అంటూ వాటిని తరమడానికి ఓ కర్రొకటి పట్టుకు తిరుగుతావ్. నిన్నో ముష్టోడని అనుకుంటున్నాయిరా ఆ కుక్కలు ..ఇంతకీ ఏపనిమీదోచ్చారో దొరగారు..." ఎకసెక్కంగా అన్నాడు సుందరయ్య.

"ఇందాక చెల్లెమ్మ రావడం చూశాన్రా .. పాపం ప్రయాణం చేసి వచ్చింది కదా.. ఎదో కాఫీ కలిపిద్దామని అనిపించి..." సాగదీసాడు గోపాలయ్య.

"ఇంతకూ కాఫీ కోసం ఏం తెచ్చారో .. సారూ."

"ఆ ఓ రెండు స్పూన్ల చక్కెర.."

"అరె మేం షుగర్ పేషెంట్ లము కదరా..." అంటూ ఇంకా ఏదో చెప్పబోతున్న సుందరయ్య ను

"నాకు లేదుకదా" లోగొంతుకతో త్రోసుకుంటూ లోపలి నడిచాడు గోపాలయ్య "అమ్మా సుశీ" అంటూ.

తలతిప్పి గోపాలయ్య వంకే చూస్తుండిపోయాడు సుందరయ్య.

లోపలి వెళ్ళిన గోపాలయ్య చల్లారిపోయిన కాఫీ కప్పును చేతిలోకి తీసుకుంటూ

"అబ్బే .. చల్లగా అయిపొయిందే .. ఎలా త్రాగుతావమ్మా.. నేను ఫ్రెష్ గా పెట్టుకుని తీసుకు వస్తాఉండు.." అంటూ వంటిల్లు వైపు దారితీశాడు.

వీడు మారడు అంటూ తనూ వంటింట్లోకి దూరాడు సుందరయ్య

"ఏంట్రా ..కాఫీ పెట్టుకోవడం మాకు చేతకాదనా.." తాపీగా కాఫీ పెట్టుకుంటున్న గోపాలయ్యను కదిపాడు సుందరయ్య.

"నీకు చేతనవునో లేదో చెల్లమ్మ చెబుతుందిగానీ .. కాస్త పక్కకు తప్పుకో" అంటూ ఓ రెండు కప్పులనిండా కాఫీ కలుపుకుని సుశీల దగ్గరకు తీసుకెళ్ళాడు గోపాలయ్య.

టవల్ భుజం మీద వేసుకుని బాత్రూంకి వెళుతున్నదల్లా ఆగి గోపాలయ్య తెచ్చిన కాఫీని అందుకుంది సుశీల థ్యాంక్స్ చెబుతూ.

గోపాలయ్య నవ్వుతూ "త్వరగా స్నానం చేసిరామ్మా .. వంకాయ పచ్చడి అద్భుతంగా చేశా .. ఇంటికెళ్ళి పట్టుకొస్తా భోంచేద్దాం.." అంటూ కాఫీ కప్పును వరండాలోని కిటికీలో పెట్టి తను తెచ్చుకున్న చక్కెరను కలపసాగాడు సుందరయ్య చూస్తున్న చూపులను గమనించనట్లుగానే.

"అరె గోపీగా .. మన తెలుగులో సిగ్గు శరం అనే పదాలున్నాయని తెలుసురా నీకు" అన్నాడు సుందరయ్య గోపాలయ్య వైపు తీక్షణంగా చూస్తూ

"నేను ఇంగ్లీషు మీడియం రా" అంటూ ముక్తసరిగా చెప్పి కాఫీని ఆస్వాదించడంలో నిమగ్నమైపోయాడు గోపాలయ్య.

"సరే, షేంలెస్ అనే పదం మీ ఇంగ్లీషు ఉందని తెలుసా"

"ఏమో .. .. నాకు మలేరియా వచ్చి కొద్ది రోజులు బడికి పోలే. అపుడేమన్నా చెప్పాడేమో మా ఇంగ్లీష్ అయ్యోరు.. నాకు తెల్డు" నింపాదిగా కాఫీని జుర్రుతోంటే.

"ఒరే .. చిన్నగా.. శబ్దం చేయకుండా త్రాగురా.. దొవనపోయేవాళ్ళు నేనో బర్రెను పెంచుకుంటున్నానేమో అనుకుంటారు.."

"అనురా.. అను..ఒంటరి జీవితం .. మీ చెల్లెలు బ్రతికున్నపుడు ఓ కప్పుపు కాఫీని ... వన్ బై టు చేసుకుని తాగేవాళ్ళం నేను మీ చెల్లెలు ...కనీసం మా చెల్లెలితో కలిసి తాగుదామని ఆశపడ్డా ... ఎవరికీ ఎంత ప్రాప్తమో అంతే.. ఏం చేస్తాం.. ఓ కాఫీ దగ్గర ప్రాణస్నేహితుడు కూడా పరాయివాడయిపోయాడు ... అంతా నా తలరాత.." అంటూ కాఫీ కప్పుని కిటికీలోనే వదిలేసి తలవంచుకుని వడివడిగా వెళ్ళిపోయాడు గోపాలయ్య.

సుందరయ్య మనసు చివుక్కుమన్నది. నిజమే భార్య బ్రతికున్నపుడు ఎప్పుడూ జంటగా తిరిగేవాడు గోపాలయ్య .. ఏదైనా వన్ బై టు నే .. అది పిసినారితనం అంటే గోపాలయ్య ఒప్పుకునేవాడుకాదు. బయటికెళ్ళినా అంతే. ఓ కూల్డ్రింక్ లో రెండు స్ట్రాలు వేసుకుని తాగేవారు మొగుడు పెళ్ళాలిద్దరూ.. అదేంటంటే రొమాన్స్ అనేవాడు .. ఉన్న ఒక్కగానొక్క కూతురికి పెళ్ళిచేసి పంపిన తర్వాత మరీ ఒంటరివాడయ్యాడు వాడు. ఎప్పుడూ సుందరయ్య ఇంట్లోనే ఉంటూ.. తింటూ. సుందరయ్యకు పిల్లలు దగ్గరలేని లోటు తీర్చేవాడు .. అనవసరంగా అన్నాను అనుకుంటూ ఎంతో నొచ్చుకున్నాడు సుందరయ్య.

"ఒరే .. ఒరే .. సారీరా .. రారా .. కాఫీ తాగిపోరా.." అంటూ ఉంటే

ప్రహరీ గేటు తీస్తున్నవాడిలా ఆగిపోయి .. "నీ సారీ లు నాకెందుకుగానీ .. పూరీలుంటే చూడు మళ్ళీ వస్తా ..ఇదుగో ఆ కాఫీ కప్పుని కడిగి లోపలపెట్టు ..మర్చిపోవద్దు .. నీకీమధ్య మతిమరుపు ఎక్కువైపోయింది.." అంటూ ధడాలున గేటు వేసి వెళ్ళిపోయాడు గోపాలయ్య.

చిన్నగా నవ్వుకుంటూ గోపాలయ్య వైపే చూస్తూ ఉండిపోయాడు సుందరయ్య.

***

సుందరయ్య దంపతులు ఇద్దరూ రిటైర్ అయ్యారు. బోలెడంత టైం .. వాళ్ళకు మనవడు మనవరాళ్ళతో గడపాలని ఉన్నా కొడుకింట్లో అత్తరికం వల్ల అడపాదడపా చిన్నచిన్న కార్యక్రామాలకు పోయి రావడమే తప్ప వాళ్లతో ఎక్కువగా గడిపే అవకాశం లేకుండా పోయింది. ఇంతకుముందులా ఉద్యోగం చేయడానికి కాళ్ళకు చక్రాలు కట్టుకుని కాలంతో పాటు పరుగెత్తే అవసరం లేకపోగా, ఇపుడు కాలాన్ని పరుగెత్తించడానికి ఏదో ఓ పని వెతుక్కోవాల్సి వస్తోంది ఇద్దరికీ. అందులో వాళ్లకు ఇష్టమైన పని తమ పెరట్లో పెంచుకున్న వనం. రకరకాల మొక్కలు .. అందులో పూలు పూసేవి, కాయలుకాసేవి .. కేవలం ఆకులు మాత్రమే వేసివి .. ఎన్నెన్నో.... .ఎక్కడ ఏ మొక్కను చూసినా తెచ్చి

పెంచుకునేవారు. ప్రాతఃకాల, సాయం సంధ్యల కోసం ఇంతకూ ముందు కంటే కూడా ఇప్పుడు రోజంతా ఎదురుచూసేవాళ్ళు. అప్పుడే తెచ్చుకున్న చిన్నచిన్న మొక్కలు వాళ్ళకు పసిపిల్లలలాగా కనిపించేవి .. వాటిని చూస్తూ తమకు సంతానం కలిగిన తొలినాళ్ళలో పొందిన అనుభూతి పొందేవాళ్ళు .. ఎంతగా అంటే .. వాటిపై నీళ్ళను చిలకరించి పలుకరించేవారు .. ఏదైనా మొక్క వాలిపోయి నేలవాలితే విలవిలలాడి పోయేవాళ్ళు. మొక్కలు కళకళ లాడుతోంటే వాటికి పూసిన పువ్వుల్లో తమ నవ్వుల్నీ జతకలిపేవాళ్ళు. చివరికి నిద్రపోయేటపుడు కూడా వాటిమాటే చెప్పుకుని మురిసిపోయేవాళ్ళు..

తన పెరట్లో ఎన్నో పండ్ల చెట్లు, పూల చెట్లూ, కొబ్బరి చెట్లు ఉన్నా ... ఎందుకనో వెదురుపోదలమీద మనసయింది సుందరయ్యకు. ఇదే మాట తన భార్యతో అంటే .. నవ్వి ఊరుకుంది ... కానీ తను ఊరుకోలేదు సుందరయ్య ... తమ కొడుకు చివరికాలంలో ఆదుకున్నా ఆదుకోకపోయినా తాము గతించిన తర్వాత మోసుకెళ్ళడానికి అవి పనికొస్తాయనేది అతని బలమైనవాదన. తాము పెంచుకున్నదానికి ఫలితం దక్కుతుందనే సంతృప్తి అందులో ఉందంటాడు సుందరయ్య. వెదురు పొదలుంటే పాములు చేరుతాయని గోపాలయ్య ఎంతగా చెప్పినా వినకుండా పెరట్లో ఓ మూల నాటించాడు వెదురుపోదల్ని సుందరయ్య. ఏ

కొద్ది సమయం దొరికినా పెరట్లో చెట్లక్రింద సేదతీరుతూ ఎంతో మురిపెంగా చూసేవాడు చెట్లవైపు. గలగలమని ఆకులు చప్పుడుచేస్తూ ఉంటే ముద్దుముద్దు మాటలు వింటున్నట్టుగా తన్మయత్వం చెందేవాడు. అక్కడ కూర్చుంటే తనను తానూ మరిచిపోయేవాడు. ఎంతగా అంటే ఎదురుగా కొడుకు వచ్చినా పట్టించుకోనంతగా

సుశీల వచ్చి గట్టిగా కుదిపితే కానీ ఈ లోకంలోకి రాలేదు కొడుకొచ్చిన ఆ రోజు ... తన మనుమరాలికి సంభంధం కుదిరిందని, నిశ్చితార్థానికి తీసుకెళ్ళడానికి కొడుకు వచ్చాడని తబ్బిబ్బవుతూ సుశీల చెబుతూఉంటే చాలా ఉదాసీనంగా ఉండిపోయాడు సుందరయ్య ...

***

పూణే నుండి తిరుగు ప్రయాణంలో ఎన్నిసార్లు చెప్పిందో తన మనుమరాలి ముచ్చట్లు. ఇంతకుముందేపుడూ చూడలేదు సుందరయ్య సుశీల అంత ఆనందంగా ఉండడం. నానమ్మ నానమ్మ అంటూ మనుమరాలి పిలుపుకి పులకరించిపోయింది ఆ వేడుకలో. కొడుకు పెళ్లి చేసి పొందలేని సంతృప్తి ఇపుడు మనుమరాలి పెళ్ళితో పొందుతుంది సుశీల. అసలు కంటే కొసరు మీద మక్కువంటారు పెద్దలు. ఇపుడు సుశీల విషయంలో అది

నిజమనిపిస్తోంది. కొడుకుకంటే మనుమరాలమీద మమకారం ఎక్కువయ్యింది ఆ వేడుకలో.తన కొడుకులాగే మనుమరాలిది కూడా ప్రేమ వివాహమేగానీ .. అది వియ్యపురాలి భందువుల తరఫున కాబట్టి ఈ సంబరాలంతా. జంట గురించి ఎంతగా ఎన్నిసార్లు చెప్పిందో మొగుడికి తిరుగుప్రయాణం ఆద్యంతం.పెళ్లికి శూన్యమాసం అడ్డురావడంతో ఓ మూడు నెలల తర్వాత కుదిరింది పెండ్లి ముహూర్తం. ఇక చేసేదిలేక ఇంటికి తిరిగివచ్చారు సుశీల సుందరయ్యలు.

ప్రయాణ బడలికతోనెమో వచ్చీ రాగానే జ్వరాన పడ్డది సుశీల. అది టైఫాయిడ్ గా మారడం, అందులోనే ఫిట్స్ రావడం ... ఎక్కువగా ఉద్వేగం చెందటం మూలంగానేమో పక్షవాతం వచ్చి మంచాన పడింది సుశీల కొద్ది రోజుల్లోనే.. ఎంతగా వైద్యం చేయించినా ఫలితం లేకుండా పోయింది ..కొడుకు కోడలు ఓసారి వచ్చి చూసిపోయారు వియ్యపురాలితో సహా. ఎక్కడ సుశీల వల్ల మనుమరాలి పెండ్లి పాడవుతుందోనన్నట్టుగా ఉంది వియ్యపురాలి వాలకం. కొడుకు కోడలు వచ్చినందుకు సంతోషంగా ఉన్నా ... వియ్యపురాలి వాలకం చూసి సుశీలకు మనసు చివుక్కుమన్నది. ఓ రెండు రోజులుండి పెండ్లిపనులున్నాయని వెళ్లిపోయారందరూ. భర్త తోడున్నా కదలలేని స్థితిలో మరీ ఒంటరిదైపోయింది సుశీల.

ఉదయం, సాయంత్రం పెరట్లోని మొక్కల ముచ్చట్లు సుందరయ్య చెబుతోంటే మునుపటిలా ఆసక్తి చూపించలేకపోతోంది సుశీల.

ఆమె ఆశగా ఎదురు చూసే రోజులొచ్చాయి. అవే ... మనుమరాలి పెళ్లి వేడుకలు. రోజూ యు ట్యూబ్ లో లైవ్ ఇస్తోంటే సెల్ ఫోన్ లో చూస్తూ తెగసంబరపడుతోంది .. ఆరోజంతా ఆ వీడియో ముచ్చట్లే మొగుడితో. తనే ఆ పెళ్లి వేడుకల్లో ఉన్నట్టుగా ఉండేది ఆమె సంబరం. తను అక్కడికి వెళ్ళలేకపోయినా, సుందరయ్యను వెళ్ళిరమ్మని పోరుపెట్టసాగింది ఆ వీడియోలు చూసిన ప్రతీసారి. సుశీలను ఒంటరిగా వదలి వెళ్ళలేక పెళ్ళికి వెళ్లనని ఖరాఖండిగా చెప్పేశాడు సుందరయ్య.

ఇక లాభం లేదని తన గోడు గోపాలయ్యతో వెళ్ళబోసుకునేది. వాళ్ళిద్దరూ చెప్పగా చెప్పగా పెళ్లి రోజుకు మాత్రమే వెళ్ళడానికి ఒప్పుకున్నాడు సుందరయ్య .. అదీ గోపాలయ్య తనకు తెలిసిన నర్సును పెట్టి తను వచ్చేవరకు సుశీలను జాగ్రత్తగా చూసుకుంటానంటేనే.

సుందరయ్య వెళ్ళడానికి ముందురోజునుండి మొదలెట్టింది సుశీల కావలసినవన్నీ సర్దుకోమని చెప్పడం. సుందరయ్య సర్దుకున్న బట్టలన్నీ తనకు చూపిస్తేగాని శాంతపడేది కాదు. తన దగ్గరున్న బంగారాన్ని మార్చి మనుమరాలికో హారం తయారు

చేయించింది. అది సుందరయ్య సర్దుకున్నాడో లేదోనని పొద్దుకు పదిమార్లు అడిగేది సుందరయ్యని. సుందరయ్యకు భార్యను వదలి వెళ్ళడం ఇష్టం లేకపోయినా అన్నీ ఆమె చెప్పినట్లే చేస్తున్నాడు.

ఆ రోజు రాత్రి పది గంటలకి బయలుదేరవలసింది సుందరయ్య. కాబ్ ను తీసుకొచ్చాడు గోపాలయ్య నేరుగా ఎయిర్ పోర్ట్ కు వెళ్ళడానికి. అడుగు లేవడంలేదు సుందరయ్యకు సుశీలను వదలిపోవాలంటే ..కాబ్ లో లగేజి పెట్టడానికి గోపాలయ్య తీసుకువెళుతుంటే ... ఓ సారి అన్నీ సుశీలకు చూపించి వస్తానన్నాడు సుందరయ్య.

“ఒరే! రోజూ మొగుడూ పెళ్ళాలు చూసుకుంది చాలు కదరా. నాకు తెలిసి ఓ వారం రోజులనుండి సర్దుతున్నారు ఆ బ్యాగ్ ని .. ఏం అక్ఖరలేదు .. పోయి చెప్పేసిరా ... నేను లగేజీ కారులో పెడతా అంటూ. సుందరయ్య చేతిలో లగేజీని లాక్కుని క్యాబ్ వద్దకు వెళ్ళాడు సుందరయ్య. క్యాబ్ డ్రైవర్ కు అన్నీ చెప్పి .. ఇంతకూ ఫ్లైట్ టికెట్స్ పెట్టుకున్నాడో లేదో నని .. అక్కడినుండే

“ఒరే సుందరం త్వరగా రారా టైం అయిపోతోంది .. వచ్చేటపుడు ఆ టిక్కెట్లు ఉన్నాయో లేదో చూసుకో” అంటూ క్యాబ్ డ్రైవర్ కు డబ్బులు కట్టేసి ... సుందరయ్య ఎంతకీ రాకపోయేసరికి తిట్టుకుంటూ లోపలి వెళ్ళాడు గోపాలయ్య.

"రేయ్ సుందరం .. పెళ్ళాం మీద మరీ ఇంత ప్రేమైతే ఎట్లారా .. నేనుంటానన్నాను కదరా..." అంటూ లోపలి కెళ్ళి అక్కడి దృశ్యం చూసి క్షణకాలం ప్రాన్పడిపోయాడు గోపాలయ్య.

సుశీల మంచం ప్రక్కనే కుర్చీలో సుశీల వంక అలాగే చూస్తూ కుర్చుండిపోయాడు సుందరయ్య. సుశీల కూడా చూపు మరల్చుకోలేనన్నట్టుగా సుందరయ్య వైపు చూస్తూ పడుకుని ఉండిపోయింది. నిశ్శబ్దం వారిరువురి మధ్య బిక్కచచ్చిపోయి ఉన్నట్టుంది. ఇపుడు ఆ నిశ్శబ్దంలో సుందరయ్య గుండెచప్పుడు ఒంటరిగా రోదిస్తోంది. చల్లబడిపోయిన సుశీల చేయి తాకిన గోపాలయ్య గుండె ఝల్లుమంది. ఒక్కసారిగా కన్నీళ్లు గోపాలయ్య కళ్ళను చుట్టుముట్టేశాయి. వణుకుతున్న చేతులతో సుశీల కళ్ళను మూసివేశాడు గోపాలయ్య.

***

వచ్చిన వాళ్లకు టీలు టిఫిన్ ల ఏర్పాట్లు చూస్తూ, ఓ సారి తన వాచీ వంక చూసుకుని సుందరయ్య కోసం చుట్టుపక్కల కలయచూశాడు గోపాలయ్య. ఎవరో ఇంటి పెరట్లో ఉన్నాడని చెబితే వడివడిగా అడుగులు వేసుకుంటూ ఇంటి పెరట్లోకి దారితీశాడు.

తను పెంచుకున్న పిల్లలు ... అదే .. అ మొక్కలవంక అదేపనిగా చూస్తూ కుర్చున్నట్టుంది సుందరయ్య వాలకం.

తనగోడు తన పిల్లలకు చెప్పుకుంటున్నట్టున్నాడేమో. మెల్లగా సుందరయ్య దరిచేరాడు గోపాలయ్య.

సుందరయ్య చూపులు ఆ మొక్కలపైపే ఉన్నా, ఆలోచన మాత్రం ఇక్కడ ఉన్నట్టులేదు. అకళ్ళలో జీవం లేదు. కనీసం అతని ముఖంలో భార్య చనిపోయిందన్న ఆనవాళ్ళు కూడా లేవు. రాత్రి ఆమె చనిపోయినప్పటినుండి ఇప్పటిదాకా సుందరయ్య కళ్ళలో చుక్క కన్నీరు బొట్టు లేదు. షాక్ లో ఉన్నాడా అంటే దానికసలు ఆస్కారమే లేదు. ఎందుకంటే సుందరయ్య భార్య ఓ రెండు నెలలుగా మంచంలోనే ఉంది. రోజు తను పెంచుకున్న మొక్కలతో గలగలా మాట్లాడి అస్తమానం ఆ కబుర్లను తన భార్యతో చెప్పుకునే సుందరయ్య ఇప్పుడా తోడు లేకపోవడం వల్లనేమో పూర్తిగా మూగవాడై పోయినట్టున్నాడు. తను పెంచుకున్న చెట్లలాగే తనూ మూగగా రోదిస్తున్నాడా?!!..ఏమో ..

తనమిత్రుడు తన బుజంమీద చేయివేసి కుదిపితేగాని ఈ లోకంలోకి రాలేదు సుందరయ్య.

చెదరిన జుట్టుతో మరింత వాడిపోయిన ముఖాన్ని గోపాలయ్య వైపు తిప్పాడు నిస్సారంగా.

“రేయ్ ... ఏంట్రా ఇంత నిమ్మళంగా కూర్చున్నావ్. ముందు అబ్బాయికి ఫోన్ చేసి మాట్లాడు .. ఎంతవరకు వచ్చాడో.” అంటూ మరోసారి కుదిపాడు సుందరయ్యను గోపాలయ్య.

నిరాసక్తంగా తల తిప్పేసుకున్నాడు సుందరయ్య.

"ఏంట్రా! .. చెబుతుంటే నీకుకాదూ..."

సమాధానం రాలేదు సుందరయ్య నుండి

"వాడు రావట్లేదా?..

పలకవేంట్రా!.. అలా గమ్మునుంటే ఎట్లా .. చుట్టాలందరూ వచ్చేశారు ... టైము పన్నెండైయింది.ఇంకాసేపట్లో రాహుకాలం రానుంది .... ఎంతటైము పడుతుంది వాడొచ్చేసరికి?...రాహుకాలం అయిన తరువాతైనా రాగలడా... మరీ ప్రొద్దుపోతోందిరా.. ఒకవేళ లేటయితే రేపటిదాకా ఉంచడమంటే..."

స్పందన లేని సుందరయ్యను చూసి సహనం కోల్పోయాడు గోపాలయ్య.

"నిన్నేరా ... పోయినవాళ్ళతో నువ్వూ పోతావా ఏంటీ..." కోపాన్ని అదిమిపెట్టుకుంటూ అరిచినంత పనిచేశాడు గోపాలయ్య.

తలెత్తి బేలగా చూశాడు సుందరయ్య.

సుందరయ్య ముఖంలోని దైన్యం చూసేసరికి గోపాలయ్యలోని అసహనం పూర్తిగా చల్లబడిపోయింది.

మెల్లగా అతని ప్రక్కన కూర్చుంటూ "ఏరా.. వాడు రావట్లేదా.." అనునయంగా అడిగాడు గోపాలయ్య.

సమాధానం లేదు సుందరయ్య నుండి. గోపాలయ్యను ఏమాత్రం పట్టించుకోకుండా అప్పుడే వచ్చిన పెట్టివాని చేతిలో డబ్బులు పెడుతూ .. "కార్యక్రమానికి కావలసినవి తీసుకురా త్వరగా" అంటూ పురమాయించాడు సుందరయ్య.

పూర్తిగా అర్థమయ్యింది గోపాలయ్యకు తన మిత్రుని పరిస్థితి. సుందరయ్య కొడుకుపై కోపం అమాంతంగా ముంచుకొచ్చింది.

"రానన్నాడా వాడు .. ఇపుడు రావడం వీలుపడదన్నాడా...తల్లి బ్రతికున్నపుడు ఆమె బాగోగులు ఎలాగూ చూడలేదూ..కనీసం ఆమె తలకొరివి పెట్టడానికి కూడా తీరికలేదా వాడికి. ఎంత సేపు పడుతుందిరా .. ఫ్లైట్ పట్టుకుంటే రెండుగంటల ప్రయాణం ..కోడలు ఎలాగూ రాదనుకో .. కనీసం తల్లి ఋణం తీర్చుకోవడానికైనా రానక్కరలేదా వాడు... ఎం మనిషిరా..." అంటూ అంత్యక్రియల సామగ్రి తేవడాని వెళుతున్న పెట్టి చలమయ్యను ఆపి ".. ఆ వెదురు బొంగులేమీ అవసరం లేదు. అవి ఇక్కడే ఉన్నాయ్. అవి తప్పనుంచే మిగతావి తీసుకురా ... వీడు ప్రేమగా పెంచుకున్నందుకు అవైనా ఋణం తీర్చుకుంటాయ్.. అవి సరిపోతాయో లేదో ఓసారి చూడు అంటూ

సుందయ్య పెంచుకున్న వెదురుపోదవైపు తీసుకెళ్ళాడు గోపాలయ్య అక్కడే సిమెంటు బల్లక్రింద ఉన్న కత్తిని అందుకుంటూ.

చలమయ్యను తీసుకుని రెండడుగులు అలా వేశాడో లేదో. ఏదో పూనకం వచ్చినవాడిలా అమాంతంగా పైకిలేచి తన మిత్రుని చేయిపట్టి ఆపాడు సుందరయ్య.

విస్మయంగా చూశాడు గోపాలయ్య సుందరయ్య వైపు.

సుందరయ్య కళ్ళలో ఇప్పటిదాకా రాని కన్నీరు సుడులు తిరగడం చూస్తున్నాడిపుడు గోపాలయ్య.

"వద్దురా ... ఎంతో ప్రేమగా పెంచుకున్న చెట్లురా.. ఉన్నట్టుండి అమాంతంగా నరికేయొద్దురా.." దాదాపు ఏడుపుగొంతుతో వేడుకున్నాడు సుందరయ్య.

చిత్రంగా అనిపించింది గోపాలయ్యకు.

గోలచేసి మరీ తెప్పించాడు తన చేత ఆ చెట్లను. వెదురుపోదలు ఇళ్ళలో పెంచుకోకూడదురా... అన్నా వినిపించుకోలేదు.పైగా రేపు తను పోయినతరువాత తన కొడుకు ఉపయోగపడకపోయినా అవి నా పాడె కట్టడానికి ఉపయోగపడతాయని మరీ రచ్చ చేసి తెప్పించుకున్నాడు సుందరయ్య. ఇప్పుడేమో ఇలా.

అర్థం కానట్టు చూశాడు గోపాలయ్య.

గోపాలయ్య కళ్ళలోకి చూడలేక తలదించేసుకున్నాడు సుందరయ్య.

వెదురుపొదల ఊగిసలాట మధ్య నలిగిపోతున్న నిశ్శబ్దంలో సుందరయ్య మనోగతాన్ని చదువుతున్నాడు గోపాలయ్య. మిత్రుని మనసెరిగినవాడు, మనసులో మనసై మసలినవాడు. సుందరయ్య మౌనంలోని ఆంతర్యాన్ని ఇట్టే పసిగట్టేశాడు గోపాలయ్య. అయినా కాస్త అనుమానంగానే

“ఏరా... ఇంతకీ వాడికి చెప్పావా లేదా??...”

సుందరయ్య మౌనం గోపాలయ్య అనుమానాన్ని ఇంకాస్త పెంచింది.

“చెప్పావా లేదా!!!...” గద్దించినట్టు అడిగాడు గోపాలయ్య.

“లేదురా ... మనవరాలి పెళ్లి..” గొంతు జీరబోతూ వచ్చింది మాట సుందరయ్య నోటినుండి.

గోపాలయ్య కోపం నషాళానికి ఎక్కింది.

“బుద్ధుందంట్రా నీకు .. పెళ్లి ఈ ముహూర్తానికి కాకపోతే వేరే ముహూర్తానికి చేసుకోవచ్చు. కానీ నీ భార్య తిరిగొస్తుందంట్రా??... రేపు నీ కొడుకొచ్చి నా తల్లి చివరి చూపు కూడా లేకుండా చేశావని

అడిగితే ఏమని సమాధానం చెబుతావురా... పాపం రా ... దీనికి నువ్వు బ్రతికినంతకాలం సమాధానం చెప్పుకోవాల్సివస్తుంది .. ఛ ఎంత పని చేశావురా.." అంటూ సుందయ్య పట్టుకున్న చేతిని విదిల్చాడు కోపంగా గోపాలయ్య.

"అది కాదురా ... దాదాపు ఓ ఐదు రోజులనుండి ఎంతో వేడుకగా చేసుకుంటున్న పెళ్ళిరా అది. ఎంత సంతోషంగా ఉన్నారో తెలుసా పిల్లలందరూ .. మీ సుశీలైతే మరీను. ఆ లైవ్ వీడియోలను చూసి ఎంతగా మురిసిపోయిందో. తను మంచం మీదున్నానన్న సంగతే మర్చిపోయిందిరా వాటిని చూస్తూ... పైగా కోడలి తరపున బంధువులబ్బాయినే చేసుకుంటుందిరా ... ఈ టైంలో ... వాళ్ల ఆనందాన్ని చెడగొట్టడం సరైనదేనంటావా చెప్పు ...ఉఁ ...కనీసం పెళ్లికైనా వెళ్ళమని నన్నెంతగా పోరిందో నీకు తెలుసుకదరా .. ఆమే కనుక బ్రతికుంటే నేనీసరికి అక్కడుండే వాడిని ... నా కంటే ముందు వెళ్లి పోయిందిరా మీ చెల్లి అక్కడికి. అంత ఆరాటం దానికి. తను లేవలేకపోయినా చచ్చినా సరే అక్కడికి చేరుంటుందిరా అది. చూడనీ .. ఈ పెళ్ళే జరగకపోతే దాని ప్రాణం ఉసూరుమంటుందిరా ..వద్దురా ... వాడికి విషయం చెప్పి వాళ్ళ ఆనందాన్ని చెడగొట్టలేనురా...." సంజాయిషీ ఇచ్చుకుంటున్నట్టుగా చెప్పుకుపోతున్నాడు సుందరయ్య గోపాలయ్య రెండూ చేతులు పట్టుకుని.

అచేతనంగా నిలబడిపోయాడు గోపాలయ్య. మిత్రునికి ఏ విధంగా చెప్పాలో అర్థం కావడం లేదు. మనసు మొద్దుబారిపోయింది .. ఎదురుగా సుందరయ్య చెబుతున్న మాటలేవీ వినపడటం లేదు గోపాలయ్యకు.కానీ ఒకటి మాత్రం తెలుస్తోంది .. సుందరయ్య చేతులు తన చేతులనుండి జారిపోతున్నట్టు.

కళ్ళు మూతలుబడుతూ క్రిందకు వాలిపోతున్న సుందరయ్యను ఒడిసి పట్టుకున్నాడు గోపాలయ్య.

నిన్నటినుండి ఏమీ తినకపోవడంవల్లనేమో బాగా నీరసించి కళ్ళు తిరిగినట్టున్నై సుందరయ్యకు. మెల్లగా తీసుకెళ్ళి సిమెంటు బల్లపై కూర్చో పెట్టి, మంచినీళ్ళ కోసం పురమాయించాడు ఆదుర్దాగా అక్కడ పనిచేస్తున్న వాళ్ళని.

సుందరయ్య ముఖం మీద నీళ్ళు చల్లి కాసిని నీళ్ళు త్రావించేసరికి కాస్త కుదుటపడ్డాడు సుందరయ్య.

“రేయ్ .. అసలే షుగర్ పేషంట్ వి .. నిన్నట్నుండి ఏమీ తినకపోతే ఎలారా .. ఉండు కాసిని కాఫీ పట్టుకొస్తా అంటూ పైకి లేచాడు గోపాలయ్య.

లేచిన గోపాలయ్య చేతిని గట్టిగా పట్టుకున్నాడు సుందరయ్య.

వెళ్ళబోతున్నవాడలా సుందరయ్య అలా పట్టుకునేసరికి అనునయంగా చూశాడు గోపాలయ్య సుందరయ్య వైపు.

సుందరయ్య కళ్ళలో బేలతనం .. అతని కంటి క్రింది రెప్పలో సుడులు తిరుగుతూ నిండుకుంటున్న కన్నీళ్ళతో మరింత దైన్యంగా మారింది.

ఆపాలనిఉన్నా ఇప్పటిదాకా కొండంత దిగులును గుండెల్లో భారంగా మోస్తున్న మిత్రుడిని, దింపుకోమన్నట్టుగా చూశాడు గోపాలయ్య.

గట్టిగా పట్టుకున్న సుందరయ్య చేతులు సడలి మెల్లగా వణకడం ప్రారంభమైయ్యాయి.

గుండెలోని బాధనంతా ఒక్కసారిగా కక్కేయాలన్నప్రయత్నం గరగరమంటున్న ఆ గొంతు రాపిడిలో స్పష్టంగా తెలుస్తోంది.

మెల్లగా శక్తినంతా కూడదీసుకుంటూ వణుకుతున్న హీన స్వరంతో కళ్ళనుండి నీళ్ళు చిప్పిల్లుతుంటే

"వాడోసారి వస్తే బావుణ్ణురా" ఆశగా పొగిలిపొగిలి మూల్గాడు సుందరయ్య.

ఇంకా ఏవో చెప్పాలని ఉన్నా... అతని మాట రోదనగా మారిపోతోంది మెల్లగా.

అతని రోదన క్రమంగా తన కన్నీళ్ళతో తడిసి ముద్దవుతోంది... క్రమక్రమంగా అది పెద్దవుతోంది..

చుట్టూ ఎంతమంది ఓదార్చుతున్నా.. మరింత పెరుగుతుందే తప్ప ఆగట్లేదు ..

ఆగదేమో ఆ రోదన ....అప్పటివరకు గుండెల్లో గూడుకట్టుకున్న బాధను పంచుకునే తోడు దొరికేవరకు.......

: ఇంతే సంగతులు :

# మనసు గతి ఇంతే

ఇల్లంతా చీకటిని పరుచుకుని మొద్దు నిద్రపోతోంది ఆ రేయి. మబ్బుల చాటుకు వెళ్ళిపోతున్న జాబిల్లిని చూసి గాలి కూడా ఏమీ మాట్లాడకుండా చెట్ల కొమ్మల మాటున మిన్నకుండిపోయింది. నీరసంగా కాళ్ళీడ్చుకుంటూ వచ్చి గుమ్మం బయట నిలబడ్డాడు గౌతమ్.

"ఏమిటీ?.. లైట్లన్నీ ఆపేసి పడుకున్నట్టున్నారే" అనుకుంటూ వారండాలోని లైటు వేసి కాలింగ్ బెల్ నొక్కాడు గౌతమ్. ఒకటీ రెండుసార్లు ప్రయత్నించి చూశాడు .. లాభంలేదు. లోపల ఎక్కడో ఉన్నట్టునారు. సెల్ ఫోన్ తీసి నంబరు డయల్ చేయసాగాడు. వెంటనే లిఫ్ట్ చేసింది దివ్య.

"దివ్యా!! .. తలుపుతీ..." ఎంతో మార్దవంగా అన్నాడు.

తలుపుతీసి, జుట్టు ముడివేసుకుంటూ హాల్లో లైటు కూడా వేయకుండా లోపలికి వెళ్లిపోసాగింది దివ్య. షు రిమూవ్ చేసి డ్రెస్ మార్చుకుని, స్నానం చేసే ఓపిక కూడా లేకపోవడంతో డైనింగ్ టేబుల్ వైపు అడుగులేశాడు గౌతమ్. గుడ్డిగా వెలుగుతున్న

డైనింగ్ లైట్ వెలుతురులో టేబుల్ మీద ఉన్న ఒక్కో డిష్ ను చూసి అవి నిండుగా ఉండేసరికి

"దివ్యా! నువు తినలేదా?.." అపుడే జార్ తో నీళ్ళు తీసుకువచ్చి టేబుల్ పై పెడుతున్న దివ్యను అడిగాడు గౌతమ్.

"నాకు ఆకలిగా లేదు.." ముక్తసరిగా అంది దివ్య

"పాప పడుకుందా?.."

"ఆ.." అంటూ గౌతమ్ వైపు తిరిగి చూడకుండా వెళ్ళిపోయింది.

దివ్య అలా ఎందుకుందో అడగలేకపోయాడు గౌతమ్. మొదట్లో దివ్య నిద్రమత్తులో ఉందేమోననుకున్నాడు .. కానీ ముఖమంతా వాడిపోయి చాలా మూడీగా .....ఎందుకో అడగలేకపోయాడు.

ఏదో తిన్నామన్నట్టుగా వడ్డించుకుని భోజనం ముగించేశాడు గౌతమ్. వాస్తవానికి ఈ రోజు ఆఫీసు నుండి బాగా అలసిపోయివచ్చాడు తను. మామూలుగా అయితే తిన్నవెంటనే నిద్రముంచుకోచ్చేయాలి. కానీ దివ్య వాలకం చూశాక ..రావాలనుకున్న నిద్ర, మొహం చాటేసింది.

అప్రయత్నంగా కాళ్ళు దివ్య బెడ్ రూమ్ వైపు దారితీశాయి. ఎనిమిది నెలల పసికందు ఆదమరచి నిద్రపోతోంది దివ్య ప్రక్కన.

ఎపుడూ పాపవైపు తిరిగి పడుకునే దివ్య ఇపుడు పాపకు వీపుచూపించి పడుకుని ఉంది. నిద్ర పోవడం లేదని స్పష్టంగా తెలుస్తూనే ఉంది ఆమె పడుకున్న భంగిమ చూస్తే. కిటికీలోని వెన్నెల పొడ పాప నవ్వు మీద పడుతోంటే వెన్నెలే నిద్రోపోతున్నదా అన్నట్టుగా ఉంది. ఉలుకూపలుకూ లేని గాలిని తట్టిలేపడానికి విశ్వప్రయత్నం చేస్తోంది ఆ గదిలో అదేపనిగా తిరుగుతున్న ఫ్యాన్.

తలుపు దగ్గరగా వేసి, పెరటి గుమ్మంలోకి వచ్చి సిగరెట్ ముట్టించి గట్టిగా ఓ దమ్ము పీల్చి వదిలాడు గౌతమ్. ఘాటైన ఆ పొగ విసురుగా తగిలేసరికి పెరటిలోని ఇంటి మెట్లమీద నుండి జాలువారుతూ సేదతీరుతున్న సన్నజాజి తీగ అలల్లాడుతూ మొహం చిటకరించించింది. ఈసారి పొగను మరోవైపు ఎగరేయాలని ఉద్యుక్తుడవుతున్న తరుణంలో ..

"ఎన్నిసార్లు చెప్పాలి నీకు ..ఒక సారి చెబితే అర్థం కాదా .. ఇంట్లో చంటి పిల్ల ఉందనికూడా లేకుండా ..కాస్తన్నా ఇంగింతం ఉండాలి మనిషికి" ఎంతవిసురుగా వచ్చిందో దివ్య అంత విసురుగానే వచ్చాయి ఆమె నోటినుండి ఆమాటలు.

లోపలున్న కోపమంతా గౌతమ్ చేతిలోని సిగరెట్ మీద చూపించింది దివ్య. కాలుతున్న సిగరెట్ ను సైతం నులిమేసి దాపునున్న చెట్ల పాదుల్లోకి విసిరేసింది.

విస్తుపోయిన గౌతమ్ నోటినుండి పొగ మెల్లగా బయటకు జారుకుని గాల్లో కలిసిపోసాగింది.

"నీకు ఇష్టం లేదని చెబితే సరిపోద్ది కదా ..ఎందుకూ పాపమీద చెప్పడం"

వెళుతున్నదల్లా వెనుతిరిగి. "అవును. నాకే ఇష్టం లేదు .. చాలా" అంటూ చివాల్న వెళ్ళిపోతున్న దివ్య చేయిపట్టుకుని ఆపాడు గౌతమ్. ఎదో తప్పు జరిగిపోయినట్టుగా చేయి విడిపించుకుని వెనక్కి తీసుకుంది దివ్య.

"దివ్యా .. ఏమైంది నీకివ్వాళ్ళ.." ఆమెకు అడ్డుగా నిలిచాడు గౌతమ్.

ఏమీ లేదన్నట్టుగా తలాడించి అతన్ని తొలగి వెళ్ళబోయింది

"చంద్రా మళ్ళీ కనిపించాడా?" ఆమె కోపానికి అర్థం తెలిసినవాడిలా సూటిగా అడిగాడు గౌతమ్.

చంద్రా పేరు వినగానే .. బాధతో చెమ్మగిల్లిన కళ్ళను తలపైకిఎత్తి చూపించలేక మౌనంగా వచ్చి తలపట్టుకుని అలానే డైనింగ్ టేబుల్ దగ్గర కూర్చుంది. కదిలిస్తే ఒలికిపోయే నిండుకుండల్లా ఉన్నాయి ఆమె కళ్ళు. ఆమె మూగ రోదన ఏ చిన్న ఓదార్పు చేయి తగిలినా పగిలి పోగిలేట్టు ఉంది.

గౌతమ్ మరో ఛైర్ని ఆమెకు దగ్గరగా లాక్కుని కూర్చున్నాడు.

"ఈ సారి ఏమైంది.."

సమాధానం లేదు ...... చెప్పు అన్నట్టుగా కుదిపాడు గౌతమ్

"ఏమీ కాలేదు.." గొంతు దొంతరలు పోతూ అంది దివ్య.

"ఏమీ కానపుడు దేనికిదంతా"

"నన్ను నేను పోగొట్టుకున్నందుకు..నేను అనుభవించాల్సిన ఆనందాన్ని నానుండి బలవంతంగా ఎవరో లాగేసుకున్నందుకు.." ఏడుపు ఏమాత్రం తగ్గలేదు ఆ గొంతులో.

"అందుకే .. ఈ ఊరు విడిచి ఎక్కడికైనా దూరంగా వెళదామనేది. వాళ్ళు కనపడని చోటికి. ఎక్కడికైనా.."

తల వంచుకునే అడ్డంగా ఊపింది దివ్య.

"నేనేం తప్పు చేయలేదు ..పారిపోవడానికి" నిశ్చయంగా అంది

"నువ్వు తప్పు చేశావని కాదు దివ్యా .. అదీ...."

చెప్పబోయిన విషయం తెలిసినదానిలా దివ్య చూసిన ఓ చూపుకి తనను తానూ తమాయించుకుని

"అయితే నువు చేసింది కరెక్ట్ అంటావా" అన్నాడు గౌతమ్

"తెలీడంలేదు .. కానీ ఒక్కటి మాత్రం నిజం. అతన్ని ప్రేమించి తప్పు చేశాను"

"ప్రేమిస్తే ... అతనేం చేసినా భరిస్తావా.."

"తను నావల్ల తనవాళ్ళలో ఒంటరివాడయిపోతున్నానంటే తట్టుకోలేకపోయాను. అందుకే అపుడు కాదనలేకపోయాను. మరొకరిని పెళ్లి చేసుకుని పిల్లా పాపలతో కలసి తిరుగుతుంటే .. చూసి తట్టుకోలేకపోతున్నాను. ఏం చేయను ..నేనేం చేయను..." మరింత చిక్కబడింది ఆమె ఏడుపు.

"మనమూ పెళ్లి చేసుకుందాం" అన్నాడు వెంటనే గౌతమ్.

ఈ సారి ఆమె కళ్ళలోని దైన్యం స్థానంలో కోపం చోటు చేసుకుంది.

"హు .. పెళ్లి ..మా పెళ్లికే అంత విలువుంటే .. నాకీ గతి పట్టేది కాదు" విరాగిలా నవ్వింది దివ్య

"అయితే ఎంతకాలం ఇలా .. మన సహజీవనం"

".. మనది సహజీవనమా ...కాదు. అవసరం .. నాకో మగాడి అండ కావాలి .. నీ బిడ్డకో తల్లి కావాలి. అంతే .. మనమధ్య. ఇంకేం లేదు. పెళ్లి చేసుకునేంత ప్రేమలేదు. నిన్నో మాట అడుగుతాను

చెప్పు. నువ్వెప్పుడైనా... మీ ఆవిడను తలచుకోని రోజుందా!!... మన పెళ్లి ఓ కమిట్మెంట్ .. అంతే".

"తప్పట్లేదు .. పాపను చూసిన ప్రతీక్షణం తను గుర్తోస్తోంది".

"చనిపోయిందనీ, ఇక కనపడదని తెలిసీ నువ్వు మర్చిపోలేకున్నావ్. నా కళ్ళెదుట ఉన్నవాళ్ళను ఎలా మర్చిపోమంటావ్.పాపకు తల్లి దూరమౌతుందనే సంశయం నన్ను పెళ్లి చేసుకోమంటుంది. నా మీద నమ్మకం కాదు. నాకు తెలుసు"

"పెళ్లి చేసుకున్న ప్రతీ వాళ్ళు ప్రేమతో ఉండరనా. నా సుమతి ముక్కు మొహం తెలీదు పెళ్లైయ్యేంతవరకు.. కానీ మేం గడిపిన మధుర క్షణాలకు తీపి గుర్తు మా పాప ..ప్రేమ మనసుకు సంభందించినదైతే పాపను చూసిన ప్రతీక్షణం సుమతి ఎందుకు గుర్తుకురావాలి?!!"

"అయితే నాకూ ఓ పాపను ఇవ్వగలవా?"

పెద్దగా నవ్వాడు గౌతమ్

"నీ దృష్టిలో ఇది కూడా ఓ అవసరమే..." మరో మాట మాటాడకుండా అక్కడినుండి లేచి వెళ్ళిపోయాడు గౌతమ్.

నిర్లక్ష్యంగా వెళ్ళిపోతున్న గౌతమ్ ను చూసి ఒళ్ళు మండిపోయింది దివ్యకు. తను ప్రేమించిన చంద్రను, గౌతమ్ తో

సరిపోల్చసాగింది. ఇద్దరినీ ఉన్నఫళంగా కాల్చి పారేయాలనిపిస్తోంది. ఏమీ చేయలేక లేచి తన గదిలోకి వెళ్లి విసురుగా తలుపేసుకుంది.

***

ఎంతో ఉల్లాసంగా ఉన్నాడు గౌతమ్. పాపను ఎత్తుకుని తెగ ముద్దులు పెట్టేస్తూ పైకి ఎగరేస్తూ ఆడుకుంటున్నాడు.

"ఇదుగో ఇటివ్వండి" అంటూ టీపాయ్ మీద కాఫీ కప్పునుంచి పాపను అందుకుంది దివ్య.

కాఫీ కప్పును తీసుకుని మెల్లగా సిప్ చేస్తూ.

"దివ్యా! త్వరగా రెడీ అవ్వు .. మనమలా బయటకు వెళదాం."

"ఎంటో విశేషం .. ఈ వేళ చాలా హుషారుగా ఉన్నారు సారూ.." తడిసిపోయిన పాప డైఫర్ ను మారుస్తూ అంది దివ్య.

"మా ప్రమోషన్ ప్యానల్ అప్ప్రూవ్ అయిందట. మా మేనేజర్ చెప్పాడు. రేపో మాపో ఆర్డర్స్ వస్తాయ్."

"అయితే అడ్వాన్సు కంగ్రాట్స్!!" అంటూ షేక్ హ్యాండ్ ఇచ్చింది దివ్య నవ్వుతూ.

"దివ్యా! రేపు నువ్వు కూడా నీ ఆఫీసుకు శెలవు పెట్టు. అలా అలా బీచ్ కు వెళ్ళొద్దాం. వచ్చేటపుడు షాపింగ్ చేసి డిన్నర్ చేసి వద్దాం." హుషారుగా చెప్పుకుపోతున్నాడు గౌతమ్.

అనుకున్న విధంగానే మరుసటి రోజు ఎంతో ఆనందంగా గడిచిపోయింది. బీచ్ లో ఒడ్డున నడుస్తున్నంత సేపు ఎన్నో ముచ్చట్లు కలబోసుకున్నారిద్దరూ. వీళ్ళకు జతకలుపుతూ వాళ్ళ కాళ్ళను తాకుతూ గిలిగింతలు పెట్టసాగాయ్ సముద్రపు అలలు.

బీచ్ నుండి వస్తూవస్తూ పాపకు షాపింగ్ చేశారు.. వద్దు వద్దు అనేకొద్దీ దివ్యకు ఓ మంచి చీర కొనిచ్చాడు గౌతమ్. వచ్చే దోవలో ఉన్న పళ్ళు, పూలు, ఐస్ క్రీంలు, చాట్ బండారాలు వేటినీ వదలలేదు ఇద్దరూ. టైమే తెలీలేదు ఇద్దరికీ. బాగా ప్రొద్దుపోయి ఇంటికి వచ్చేసరికి బాగా నీరసపడిపోయారు. గౌతమ్ అయితే రావడం రావడం తన గదిలోకెళ్ళి బెడ్ మీద వాలిపోయాడు.

ఆ సముద్రపు ఉప్పు గాలికి ఒళ్లంతా జిగటగా అనిపించిందేమో పాపను నిద్ర పుచ్చి స్నానానికి వెళ్ళిపోయింది దివ్య.

గౌతమ్ సొమ్మసిల్లి నిద్రపోతున్నాడు.ఉన్నట్టుండి ఒక్కసారిగా పాప ఏడుపు లంఘించుకొనేసరికి ఉలిక్కిపడి లేచి చూశాడు గౌతమ్.

పాప ఎపుడు లేచిందో ఏమో పక్కకు ఒత్తిగిల్లి మెల్లగా జరుగుతూ బెడ్ మీదనుండి క్రిందకు పడిపోయింది. వెంటనే పాపను తీసుకుని సముదాయించేలోపలే తల తుడుచుకుంటూ బయటకు వచ్చింది దివ్య పాప ఏడుపువిని. గౌతమ్ ఎంత సముదాయించినా ఆపట్లేదు పాప ఏడుపు.ఇంతలో పాలసీసా నింపుకొని మూతపెడుతూ వచ్చి పాపను తీసుకుంది దివ్య.

పాపను తన పాలిండ్లకు పొదువుకుని పాలు పట్టించసాగింది. ఏడుపు ఆపేసి తడి కళ్ళతో దివ్యను చూస్తూ పాలు త్రాగసాగింది పాప. ఇంతవరకు తను ఎంత సముదాయించినా ఆపని ఏడుపు దివ్య ఒడిలోకొచ్చిన తక్షణమే ఆపేసింది. పాపవంక మురిపెంగా చూస్తూ ఓసారి దివ్యవంక చూసి తల దించుకున్నాడు.

“దివ్యా!..పాపనిటిచ్చి నవ్వు బట్టలు మార్చుకు రాపో” అన్నాడు అలానే నేల చూపులు చూస్తూ.

ఆ హడావిడిలో తను కూడా గమనించలేదు టవల్ చుట్టుకుని అలానే వచ్చేసిందని.సిగ్గుపడుతూ పాపను గౌతమ్ చేతిలోకి ఇచ్చి తనూ నేల చూపులు చూసుకుంటూ వడివడిగా వెళ్ళిపోయింది దివ్య.

పాపను తీసుకుని చల్లగా గాలి వీస్తోంటే బయటకు తీసుకొచ్చాడు గౌతమ్. ఆరోజు పౌర్ణమి ఏమో వెన్నెల

విరగకాస్తోంది. ప్రహరీ గేటుకు ఉన్న లైట్లు సైతం వెలవెలబోతున్నాయి ఆ వెన్నెలలో. పాప కడుపు నిండేసరికి వెంటనే నిద్రలోకి జారుకుంది.

దివ్య గురించే ఆలోచిస్తున్నాడు గౌతమ్. తల్లి తనం అంటే ఇదేనేమో. తన ఒంటిమీద సరైన బట్టలు ఉన్నాయా లేదా అని ఆలోచించకుండా పాప ఏడుపు వినపడగానే పరిగెత్తుకొచ్చింది.

అప్పటిదాకా ఆడతనంతో సిగ్గును కప్పుకున్న ఓ అమ్మాయి తల్లి కాగానే వెంటనే దేవతలా మారిపోతుంది.ఈ సృష్టిని మోసేంత దివ్యత్వం ఉందనా??!.. బిడ్డముందు ఆడతనం, సిగ్గు ... ఇవన్నీ అప్ట్రాల్!! ..కానీ దివ్య ఇంతవరకూ తల్లి కాలేదే.. ఇదెలా?!! ఏమో ఈ ఆడవాళ్ళను అర్థం చేసుకోవడమంటే .. అది ఓ జన్మకు సరిపోదేమో. ఇంతమంచి అమ్మాయిని దూరం చేసుకున్న చంద్ర నిజంగా ఓ వేస్ట్ ఫెలో.

అలా ఆలోచనలతో నడుస్తూ పాపను భుజం మీద వేసుకుని బెడ్ రూమ్ వైపు దారితీస్తోంటే అపుడు ఎదురొస్తూ కనిపించింది దివ్య మరో పున్నమి వెన్నెలలా.తను కొనిచ్చిన చీర కట్టుకుంది. ఎంత అందంగా ఉందీ చీరలో.

ఇదే అన్నాడు దివ్యతో.తన సిగలోని మల్లెపూలు చిన్నబోయేలా నవ్వింది. దివ్యకు పాపను ఇచ్చి బెడ్ మీద పడుకోపెడుతోంటే దగ్గరగా వచ్చిన మల్లెల గుభాలింపు తలెత్తి

దివ్యవంక చూసేలా చేసింది. అలవోకగా చూసింది గౌతమ్ వైపు దివ్య. కాటుక కళ్ళు ఇంతలా నవ్వుతాయని ఓ బిడ్డకు తండ్రి అయిన తనకే తెలీలేదు ఇంతవరకు. అలానే చూస్తూ ఉండిపోయాడు గౌతమ్.

"ఏంటి.." అంటూ ఉన్న దివ్య మాటలు తన చెవిన బడకుండా గాల్లో కలసిపోతున్నట్టున్నై. తనను బాగా కుదిపేదాకా ఈ లోకంలోకి రాలేకపోయాడు గౌతమ్. తనను తాను తమాయించుకుంటూ పాప వంక ఓ సారి చూసి తన ప్రవర్తనకు తానే సిగ్గుపడుతూ గుమ్మం వైపుకు అడుగులు వేసి ఏదో స్ఫురించినవాడిలా క్షణం ఆగిపోయాడు.

ఇంత రాత్రి. తను ఇచ్చిన చీర. మల్లెపూలు ... నైటీ వేసుకోనిదే పడుకోని దివ్య ఇలా .. చిన్నగా నవ్వుకున్నాడు. గౌతమ్ లో ధైర్యానికి ఊతం దొరికినట్టయ్యింది. వెనుతిరిగి దివ్యను దగ్గరగా తీసుకుని గట్టిగా కౌగిలించుకున్నాడు. కాదనలేని అశక్తత.ఆ పరిష్వంగంలో దివ్యకు భరోసా ...కృతజ్ఞత.. అభినందనను మించి మరేదో కనబడుతోంది. మెల్లగా తన చేతులు తన ఆధీనంలో లేనట్టుగానే గౌతమ్ ను చుట్టేయబోతుంటే కౌగిలినుండి విడివడి

"దివ్యా! ప్రమోషన్ వదులుకోవాలనుకుంటున్నాను.నేను డిల్లీకి వెళ్ళిపోతే కేవలం నాకు డబ్బు హోదా మాత్రమే ఉంటాయ్.

పాపకు ఎప్పటిలాగే చైల్డ్ కేర్ సెంటర్ ఉంటుంది. కానీ అక్కడ నువ్వుండవ్. నా బిడ్డకు తల్లి మాత్రమే కాదు నాకు భార్య కూడా కావాలి. నువ్వు నన్ను పెళ్లి చేసుకోపోయినా ఫర్వాలేదు. నువ్వు నాకు కావాలి ...నిజం చెబుతున్నా దివ్య ..నిజంగా చంద్ర ఓ వేస్ట్ ఫెలో!!.." అంటూ ఆ రోజు ఉదయం కసవులో దివ్య వెదుకుతున్న చంద్ర ఫోటోని తీసి ఆమె చేతిలో పెట్టాడు గౌతమ్.

నిరాశగా తలదించుకుని వెళుతున్న గౌతమ్ ని చూస్తూ అలాగే నిలుచునిపోయింది దివ్య. ఏదో చేజారిపోతున్నట్టు మనసు ఉసూరుమనిపోతోంది. తన కోసం తన కెరీర్ ను వదులుకోబోతున్న గౌతమ్ ను తలచుకుంటుంటే తన స్వార్థం కోసం దేవుడి సాక్షిగా పెళ్లి చేసుకున్న తనని నిర్దాక్షిణ్యంగా వదిలేసి పెద్దలు చూసిన అమ్మాయిని చేసుకుని ఎటువంటి గిల్టీ ఫీలింగ్ లేకుండా హాయిగా బ్రతుకుతున్న చంద్ర ఫోటో తనచేతిలో ఓ చిత్తుకాగితంలా అనిపించసాగింది. కసిగా నులిమేసి విసిరేసింది కిటికీలోనుండి బయటకు.

***

కొలువులకు సమయం మించిపోతున్నదన్నట్టుగా క్రమంగా వేడెక్కుతూ తొందర పెడుతున్న ఎండలో బైక్ ను తుడుచుకుని బ్యాగ్ తగిలించుకుంటూ

"దివ్యా! త్వరగా రా .. టైమౌతోంది.." అని గౌతమ్ అంటుండగానే పరుగున వచ్చింది దివ్య ఓ లంచ్ బాక్స్ తో. విస్మయంగా చూశాడు గౌతమ్.

"పాపేది .. నీ బ్యాగ్ తెచ్చుకోలే..." గౌతమ్ మాట పూర్తవకుండానే

"పాపకు ఇక చైల్డ్ కేర్ అవసరం లేదు. నేను జాబ్ మానేస్తున్నా ..నీతోపాటు ఢిల్లీ వద్దామని. పెళ్లి చేసుకుని.." లంచ్ బాక్స్ చేతిలో పెడుతూ తలవంచుకుని వెనుదిరగపోతున్న దివ్యను అమాంతంగా వాటేసుకున్నాడు గౌతమ్.

"ధ్యాంక్యు .. ధ్యాంక్యు వెరీ మచ్!! దివ్యా.. ధ్యాంక్యు .. ధ్యాంక్యు వెరీ మచ్!!......." చెప్పలేని ఆనందంతో ఎన్ని సార్లు ఉచ్చరించాడో ఆ పదాల్ని. గౌతమ్ సంతోషంలో తబ్బిబ్బవుతుంటే .. దివ్య మనసులోని సంకెళ్ళు మంచులా కరిగిపోతున్నై. మనసుకు బుద్ధికి ఉన్న అడ్డంకులన్నీ తొలగిపోతున్నై.

ప్రవాహంలా మారుతున్న సంతోషానికి కాలమే కొట్టుకుపోతోంది.

గతకాలం నెట్టుకొచ్చిన జ్ఞాపకాల్లాగా ముడతలు పడ్డ చంద్ర ఫోటో తన డైరీలో ఓ పేజీ లానే మిగిలిపోయింది.

**శుభం**

Made in the USA
Monee, IL
23 August 2025

23934421R00114